ጉዞ ወደ ክርሽና

Books by His Divine Grace
A. C. Bhaktivedanta Swami Prabhupāda

Amharic
ሁተታ ዘ ብህገበድ ጊታ (Introduction to Bhagavad-gītā)
ጉዞ ወደ ክርሽና (On the Way to Krishna)
የፕራህላድ መሀራጅ መንፈሳዊ ትምህርቶች (Transcendental Teachings of
Prahlāda Mahārāja)

English
Bhagavad-gītā As It Is
Śrīmad-Bhāgavatam canto's (completed by disciples)
Śrī Caitanya-caritāmṛta
Kṛṣṇa, the Supreme Personality of Godhead
Teachings of Lord Caitanya
The Nectar of Devotion
The Nectar of Instruction
Śrī Īśopaniṣad
Light of the Bhāgavata
Easy Journey to Other Planets
Teachings of Lord Kapila, the Son of Devahūtī
Teachings of Queen Kuntī
Message of Godhead
The Science of Self-Realization
The Perfection of Yoga
Beyond Birth and Death
On the Way to Krishna
Rāja-vidyā: The King of Knowledge
Elevation to Kṛṣṇa Consciousness
Kṛṣṇa Consciousness: The Matchless Gift
Kṛṣṇa Consciousness: The Topmost Yoga System
Perfect Questions, Perfect Answers
The Nārada-bhakti-sūtra (completed by disciples)
The Mukunda-mālā-stotra (completed by disciples)
Geetār-gan (Bengali)
Vairāgya-vidyā (Bengali)
Buddhi-yoga (Bengali)
Bhakti-ratna-bolī (Bengali)
Back to Godhead magazine (founder)

Books compiled from the teachings of
Śrīla Prabhupāda after his lifetime

The Journey of Self-Discovery
Life Comes from Life
Civilization and Transcendence
The Laws of Nature
Renunciation Through Wisdom
Beyond Illusion and Doubt

ጉዞ ወደ ክርሽና

ክቡር ኤ. ቻ. ብህከቲቬዳንታ ስዋሚ ፕራብሁፓድ

የዓለም አቀፍ የክርሽና ንቃተ ማህበር መስራች አቻርያ

THE BHAKTIVEDANTA
BOOK TRUST

ጉዞ ወደ ክርሽና
On the Way to Krishna

ይህንን መፅሀፍ በማንበብ ተጨማሪ መረጃ ለማግኘት የሚፈልጉ ሁሉ ወደ ዓለም አቀፉ የክርሽና ንቃተ ማህበር ቅርንጫፎች በመሄድና በመጎብኘት ለመረዳት ይችላሉ፡፡ ሌላው አማራጭ ደግሞ የሚቀጥለውን የኢሜይል እና የዌብ ገፆች በመጠቀም ፀሀፍትን እና የኢትዮጵያ አድራሻዎችን ለማግኘት ይቻላል፡፡

የኢትዮጵያ ቫይሽናቫዎች የብልፅግና ማእከል፡፡
info@evcoe.com
www.evcoe.com

BBT Africa
P.O. Box 662, Bruma
Johannesburg 2026, South Africa
Phone: +27 (0)11 616 9575
info@bbtafrica.co.za

www.bbtafrica.co.za ❧ ww.bbt.info ❧ www.krishna.com

የአማርኛ ሕትመት (Amharic edition)
የመጀመሪያው ሕትመት: 2016, 5,000 ኮፒዎች

ትርጉም፡ በዳንኤል ወልደስላሴ (መሀ ፕራሳድ ዳስ)
Daniel Woldeselassie (Mahā Prasāda Dāsa)

መፅሀፍ አታሚው: Paarl Media, Paarl, South Africa

ISBN 978-0-9946548-2-3

ማውጫ

1 የደስታ መንገድ

በዚህ ዓለም ላይ የምንገኝ እያንዳንዳችን ደስታን ስንሻ እንገኛለን። ቢሆንም ግን ፍፁም የሆነው እና ትክክለኛው ደስታ ምን እንደሆነ የተገነዘብንበት ደረጃ ላይ አልደረስንም። በተለያዩ ማስታወቂያዎች ላይ ብዙ ደስታን ሊሰጡ ስለሚችሉ ነገሮች ቀርበው እናያለን። ቢሆንም ግን በጣም ጥቂት የሚሆኑ ሰዎች ፍፁም በሆነ ደስታ ላይ ተሰማርተው ይታያሉ። ለዚህም ምክንያቱ ፍፁም ደስታ የሚገኘው ከጊዜያዊ እና ከዓለማዊ ኑሮ ሳይሆን ከዚህ ዓይነቱ ኑሮ ባሻገር በመሆኑ ነው። ይህንንም የተገነዘቡ ሰዎች በጣም ጥቂት ናቸው። በብህገ፟ሽ ጊታ ቅዱስ መጽሀፍም ውስጥ ለአርጁና የተገለፀለት ይህ አይነቱ ፍፁም የሆነው ደስታ ነው።

በዚህ ቁሳዊ ዓለም ውስጥ ደስታ ተሰማን ብለን የምናስበው በስሜቶቻችን እርካታ ነው። ለምሳሌ ድንጋይ ስሜት ስለሌለው ደስታ እና ስቃይ ሊሰማው አይችልም። ንቃተ ሕሊናቸው የዳበረ ፍጥረታት ንቃተ ሕሊናቸው ካልደበረ ሌሎች ፍጥረታት ደስታ እና ስቃይን በላቀ መንገድ ሊያዩ ይችላሉ። ለምሳሌ ዛፎች በሕይወት እያሉ ንቃት አላቸው። ቢሆንም ግን ንቃታቸው የዳበረ አይደለም። ዛፎች በአንድ ቦታ ቁመው ብዙ ዓይነት የአየር ፀባይ እየተፈራረቀባቸው ለብዙ መቶ ዓመታት ሊኖሩ ይችላሉ። ነገር ግን ብዙ ስቃይ አይሰማቸውም። የሰው ዘር ግን እንደ ዛፍ ለሶስት ቀን ወይም ከዚያም በታች ቁም ቢባል ትእግስት ሊኖረው አይችልም። ከዚህም መረዳት የምንችለው እያንዳንዱ ሀያው የሆነ ፍጡር የሚሰማው ደስታ ወይም ስቃይ ከዳበረው ንቃቱ አንፃር ነው። በዚህ ቁሳዊ ዓለም ላይ የምናየው ደስታ ትክክለኛው እና ፍጹም የሆነ ደስታ አይደለም። ለምሳሌ ዛፍ ደስተኛነቱን ቢጠየቅ እዚያም አንድ ቦታ ላይ ለዓመታት መቆም ደስታ ሊሰጠው የሚችል እንደሆነ ሊናገር ይችላል። "ይህን የሚፈራራቅብኝን ንፋስ፣ ፀሀይ እና በረዶውን እየተቋቋምኩ በደስታ እኖራለሁ።" የሚል ስሜት

ሊኖረው ይችላል፡፡ ለሰው ልጅ ግን ይህ ዓይነት ኑሮ በጣም አሰልቺ፤ ያልበለፀገና ደስታንም ሊሰጠው የማይችል ዓይነት ኑሮ ነው፡፡

በዓለም ላይ የተለያየ ደረጃ ያላቸው ፍጥረታት ይገኛሉ፡ የሚስማማቸውም ስቃይ እና የሚያረካቸው ደስታ እንደ ደረጃቸው የተለያየ ሆኖ እናገኘዋለን፡፡ ለምሳሌ አንዳንድ እንስሳ ሌላ እንስሳ በአጠገቡ ሲታረድ ቢያይም ሳር መጋጡን አያቆምም፡፡ ምክንያቱም እርሱም በቀጣይ የዚህን ስቃይ ፀዋ እንደሚቀምስ እና ተረኛ እንደሚሆን ስለማይገነዘብ ነው፡፡ ሳር በመጋጡም ደስተኛ እንደሆነ ብቻ ያሰባል እንጂ በሚቀጥለው ተራውም እርሱም ታርዶ ለስቃይ እንደሚበቃ አይገነዘብም፡፡

እንደዚሁም በመሰል ሁኔታ የተለያየ ዓይነት ስቃይ እና ደስታ በምድር ላይ እንዳለ እንረዳለን፡ ቢሆንም ግን ከፍተኛ የደስታ ምንጭ የምናገኘው ከየት ነው? ስለዚህም ዓብዩ ሽሪ ክርሽና በብህገቪድ ጊታ ቅዱስ መፅሐፍ ውስጥ ለአርጁና እንዲህ ብሎ ገልፆላታል፡፡

ሱክሀም አይያንቲካም ያት ታድ ቡድሂ ግራህያም አቲንድርያም
ቬቲ ያትራ ና ቻይቫያም ስትሂታሽ ቻላቲ ታትቫታህ

"በዚያም ደስታ በሞላበት ጥልቅ ሀሳብ (ሳማድሂ) አንድ ሰው ወሰን ሊኖረው በማይችል መንፈሳዊ ደስታ ተመስጦ የመንፈሳዊ ስሜቶቹን ሲያረካ ይገኛል፡፡ ለዚህ ደረጃም የበቃ ህያው ከዚህ ከእውነተኛው ደስታ በፍፁም ርቆ ለመሄድ እና ለመረበሽ አይችልም፡፡" (ብጊ 6 21)

ቡድሂ ማለት አዕምሮ ማለት ነው፡፡ አንድ ሰው ደስታን ለማግኘት ከፈለገ አዕምሮው የዳበረ መሆን ያስፈልገዋል፡፡ እንስሶች እንደ ሰው ፍጡር የዳበረ አዕምሮ ስለሌላቸው ሐይወታቸውን በተለያየ መንገድ እንደሰው አስደስተው ለማሳለፍ አቅም የላቸውም፡፡ አንድ የሰው ሬሳ እጅም፤ አፍንጫም፤ ዓይኖችም እና ሌሎች የደስታ ብልቶች ቢኖሩትም ምንም ዓይነት ደስታን ሊያገኝ አይችልም፡፡ ምክንያቱም ደስታን ሊረካ የሚችለው መንፈሳዊው ነፍስ ከገላው ለቅቆ በመሄዱ ነው፡፡ በመሆኑም የተጋደመው ገላ የመደስት ሀይል የለውም፡፡ ይህንንም ጠልቆ ብሎ አንድ ሰው ቢመረምር በተገነው ደስታ ይረካ የነበረው

ገላው ሳይሆን በገላው ውስጥ የምትኖረው መንፈሳዊዋ የዓብዬ አምላክ ቅንጣፈ ነፍሱ ናት:: ምንም እንኳን የገላ ስሜቶቻችን በምናገኘው ደስታ በመርካት ላይ ይገኛሉ ብለን ብናስብም በደስታው የሚኖረው ፍቱር ግን በገላችን ውስጥ የምትገኘው ነፍሳችን ናት:: ይህችም የዓብዬ አምላክ ቅንጣፈ የሆነችው ነፍስ ደስተኛ የመሆን ሀይሏ ዘላዓለማዊ ነው:: ቢሆንም ግን በዚህ ቁሳዊ ዓለም ተወልደን እና በቁሳዊ ገላ ተሸፍነን እስካለን ድረስ ይህ ፍፁም የሆነው ደስታ ሁልጊዜ ሊከስትልን አይችልም:: ብዙውን ጊዜም ባንረዳውም በደስታ ልትረካ የምትችለው ነፍስ ናት እንጂ ገላው አይደለም:: ነፍስ የሌለችበት ገላ ደስታን ሊሰጠን አይችልም:: ለምሳሌ አንድ ወንድ ልጅ ነፍሷ ከስጋዋ የተላቀቀውን የአንዲት ቆንጆ ልጅ ገላ ሊረከበት አይችልም:: ይህም የሚያሳየን ደስታውን ሊያረካ የምትችለው ነፍስ ናት እንጂ ገላ እንዳልሆነ ነው:: ይህችም ነፍስ በገላ ተሸፍና ደስታን በመርካት ላይ የምትገኝ ብቻ ሳትሆን ስጋችን እንዲዳብር እና እንዲያድግ ሀይልም የምትሰጥ ናት:: ነፍስ ከስጋ ስትለይ ደግሞ ገላ መበታተን፣ መላሸቅ እና መበስበስ ይጀምራል::

ነፍስ በደስታ የምትረካ ከሆነ የራስዋ የሆነ ስሜት እንደአላት እንረዳለን:: አለበለዛግን በደስታ መርካት አትችልም:: የቤዲክ ስነጽሁፎች እንደሚያስተምሩን ነፍስ ምንም እንኳን ከአቶም ያነሰ ልክ ቢኖራትም በደስታ የምትረካው እሷው ሆና ትገኛለች:: በቤዲክ ስነጽሁፎች እንደምንማረው የነፍስን ስፋት እና ርዝመት ለመለካት ያዳግታል:: ቢሆንም ግን ነፍስ መለኪያ የላትም ማለት አይደለም:: አንድ ፍጥረት ነጥብን የሚያክል ሆኖ እያለ ርዝመት እና ስፋት የለውም ብለን ልንወስን እንችል ይሆናል:: ነገር ግን በማይክሮስኮፕ አተኩረን ይህንን ነጥብ ብናየው ስፋት እና ርዝመት እንደ አለው እንገነዘባለን:: እነደዚሁም ሁሉ ነፍስ መለኪያ አላት:: ነገር ግን ይህንን በቁሳዊው ዓይናችን ለማየት አዳጋች ነው:: ልብስ ወይም ቀሚስ ስንገዛ በገላችን ስፋት እና ቁመት ልክ ነው :: ይዞች የዓብዬ አምላክ ቅንጣፈ አካል ነፍስም የራስዋ የሆነ ቅርፅ አላት:: ገላችንም ይህችኑ ነፍስ እያገለገለ በእድገት እየዳበረ ይገኛል:: ነፍስ የሰብአዊ ባህርይ የላትም ለማለትም አንችልም:: ነፍስ እራስዋ ሰብአዊ ፍቱር ናት:: እንደዚሁም ሁሉ ፈጣሪ አምላክ ዓብዬ ሰብአዊ አምላክ ሆና ይገኛል:: ከእርሱም ተቀንጥሳ የምትገኘው ነፍስም አንደ ዓብዬ የመላእክት ጌታ ሰብአዊ ፍቱር ሆና ትገኛለች::

አባት ሰብአዊነት እና የግል የሆነ ባህርይ አለው ከተባለ ልጁም እንደዚሁ የአባቱ ባህርያት ይኖሩታል። ይህንንም ባህሪይ በልጁ ካየን አባቱም እንደ ልጁ እነዚህን ባህሪያት ይዞ እንደሚገኝ እንረዳለን። ታድያ እና የዓብዮ ፈጣሪ አምላክ ልጆች ሆነን እና የሰብአዊ ባህሪይ እያለን እንዴት አባታችን ሰብአዊ ፍጡርነት የለውም ለማለት እንችላለን?

"አቲንድርያም" ማለት ፍጹም የሆነውን ደስታን ለማግኘት ከእነዚህ ዓለማዊ ከሆኑ ስሜቶቻችን ተላልፈን እና ተሻግረን መሄድ አለብን ማለት ነው። "ራማንቴ ዮጊኖ ናንቴ ሳትያናንዳ ቼድ አትማኒ" ለመንፈሳዊ ኑሮ በጣም ቅን ፍላጎት ያላቸውም ዮጊዎች ህሳባቸውን በልባቸው በሚገኘው የአምላክ አብይ ነፍስ ላይ በታላቅ ጥረት በማተኮር ከፍተኛ ደስታ በማግኘት ላይ ይገኛሉ። ይህም ጥረት ፍጹም ደስታ የማይገኝበት ቢሆን ኑሮ እነዚህ ዮጊዎች ስሜቶቻቸውን በብዙ ጥረት ለመቆጣጠር አይበቁም ነበር። ስሜቶቻቸውንም ለመቆጣጠር ይህንን ዓይነት ትግል የሚያደርጉ ከሆነ ምን ያህል ደስታ በመንፈሳዊ ፈለጋቸው ቢያገኙ ነው? ይህ የሚያገኙት የመንፈሳዊ ፍጹም የሆነ ደስታ "እናንዳ" ይባላል።

ይህም ማለት ወሰን የሌለው ደስታ ማለት ነው። ይህስ እንዴት ዓይነት ደስታ ነው? ነፍስ ዘለዓለማዊ ናት። ዓብዮ የመላእክት ጌታም ዘለዓለማዊ ነው። እንደዚሁም ሁሉ በሁሉቱ መሀከል የሚገኘው የፍቅር ልውውጥም ዘለዓለማዊ ነው። በአዕምሮውም የዳበረ ሰው ብልጭልጭ እና ጊዜያዊ ከሆነው ከቁሳዊው ዓለም ስሜታዊ ደስታ ርቆ ዘለዓለማዊ ወደሆነው መንፈሳዊ ደስታ ትኩረቱን ያደርጋል። ይህም ዓይነቱ ከዓብዮ አምላክ ጋር ያለን የመንፈሳዊ ግኑኝነት "ራሳ ሊላ" ይባላል። ስለ ሽሪ ክርሽናም በቭርንዳቫን ከነበሩት ከእረኛ ልጃገረዶች ጋር የነበረውን ራሳ ሊላ ከዚህ በፊት ሰምተናል። ይህም የነበራቸው ግኑኝነት በቁሳዊው ዓለም እንደምናየው የገላ ቅርበት አይደለም። ይህም ግኑኝነት በውስጣዊ ስሜቶቻቸው የተመሰረተ የመንፈሳዊ ደስታ ነበር። እንድ ሰውም ይህ ዓይነቱን ደስታ ለመረዳት አዕምሮው የዳበረ እንዲሆን ያስፈልጋል። በአሳዋቂነት ወይም በሞኝነት የተጠቃ ሰው ግን ደስታውን ከዚህ ከጊዜያዊና ቁሳዊ ዓለም ውስጥ ለማግኘት ጥረቱን ሲያደርግ ይታያል።

በሕንድ አገር ውስጥ የሸንኩራ አገዳ ምን እንደሆን ሰምቾ፤ አይቶና ቀምሶ የሚያያውቅ ሰው ነበር። ሰዎችም ሸንኩራ አገዳ ሲታኘክ በጣም ይጣፍጣል ብለው

ነግረውት ነበር:: እርሱም "ሽንኩራ አገዳ ምን ይመስላል?" ብሎ ጠየቃቸው::
እነርሱም "ሽንኩራ አገዳ ሽንበቆ ይመስላል" ብለው ይነግሩታል:: ይህም ሞኝ
ሰው ያገኘውን ሽምበቆ ሁሉ ማንኝ ይጀምራል:: ታድያ በዚህ ዓይነት መንገድ
እንዴት አድርን የሽንኩራ አገዳን ጣፋጭነት ሊያጣጥም ይችላል? እንደዚሁም
ሁሉ እኛም በዚህ ቁሳዊ ዓለም ውስጥ ደስታን ለማግኘት እንሻለን:: ይህንንም
ደስታ ለማግኘት የምንዶክረው የቁሳዊ ገላችንን የስሜት እርካታ በማላመጥ
ነው:: ስለዚህም ፍጹም የሆነውን የመንፈሳዊ ንጹህ ደስታ ለመርካት አንችልም::
የቁሳዊው ዓለም ደስታ ለጊዜው በደስታ የሚያረካን ይመስለናል:: ነገር ግን
ፍጹም የሆነ ደስታ አይሰጠንም:: ምክንያቱም ጊዜያዊ እና ዘለቄታ የሌለው
ደስታ ስለሆነ ነው:: ይህም ልክ በሰማይ ላይ ለጥቂት ሰኮንድ እንደምናየው
የመብረቅ ብልጭታ ሊመስል ይችላል:: ትክክለኛው ነገድንድ ግን ከብልጭታው
አልፎ ተርፎ በጣም ሀይል ያለው የተፈጥሮ ክስተት መሆኑን መገንዘብ ይገባናል::
በዚህም ዓለም ላይ የሰው ልጅ ትክክለኛው ደስታ ምን እንደሆነ ለማወቅ
ስለአልተረዳ ከፍጹሙ የደስታ መንገድ አፈንግጦ ወጥቶ እናየዋለን::

ትክክለኛውን የደስታ ምንጭ ለማግኘት መከተል የሚገባን ስርዓት የዓብዩ
ሽሪ ክርሽናን መንፈሳዊ ንቃት በማዳበር ነው:: የሽሪ ክርሽናም ንቃታችንን
በማዳበር የመንፈሳዊ አዕምሮዋችን እየላቀ በሄደ ቁጥር እና መንፈሳዊ እርምጃችንን
በቀጠልን ቁጥር ውስጣዊው ፍጹም የሆነው ደስታችንም እየጨመረ ይመጣል::
በዚህም የመንፈሳዊ ደስታ እየረካን በሄድን ቁጥር የዓለማዊው የደስታ ፍላጎት
እየቀነሰ ይመጣል:: በዚህም መንገድ ፍጹም የሆነውን እውነተኛ ፈለግ ስንከተል
ስህተተኛ ከሆነው የደስታ ፈለግ እየለቀቅን እንመጣለን:: በዚህም ስርዓት አንድ
ሰው በመንፈሱ ዳብሮ የክርሽናን ንቃት ከአገኘ ውጤቱስ ምን ሆና ይገኛል?
ይህም በብህገቨድ ጊታ ቅዱስ መጽሀፍ ውስጥ እንደሚከተለው ተጠቅሷል::

> ያም ላብርድህፃ ቻፓራም ላብሃም ማንያቴ ናድሂካም ታታህ
> ያስሚን ስትሂቶ ና ዱክኬና ጉሩናፒ ቪቻልያቴ

"በዚህም ደረጃ ላይ የደረሰ ሕያው ከዚህ በላይ ምንም ዓይነት የበለጠ ደስታ
እንደማይገኝ ተገንዝቧል:: በዚህም ደረጃ ላይ ሆኖ ምንም ዓይነት ነገር ግር

ሊያስኘው አይችልም፡፡ ይህም ምንም እንኳን በከፍተኛ ችግር ላይ ወድቆ እንኳን ቢሆንም ነው፡፡" (ብጊ፡ 6 22)

አንድ ሰው በዚህ ደረጃ ላይ ሲደርስ እና ሴላ ምንም ዓይነት ታላቅ የቁሳዊ ዓለም ዝና እና ውጤቶችንም እንኳን ቢያገኝ እነዚህን የቁሳዊ ዓለም ውጤቶች ከምንም ሊቆጥራቸው አይችልም፡፡ በዚህም ዓለም ላይ ብዙ የተለያዩ ቁሳዊ ነገሮችን ለማግኘት ጥረት ስናደርግ እንገኛለን፡፡ ይህም እንደ ሀብት፣ የሴት ልጅ እውቅና፣ ቁንጅናና፣ እውቀት የመሳሰሉትን ነው፡፡ ነገር ግን አንድ ሰው በዓብዩ ሽሪ ክርሽና ንቃቱ የዳበረ ከሆነ እንዲህ በማለት ማሰብ ይጀምራል፡፡ "በዓለም ላይ ምንም ዓይነት ውጤት ብናገኝ ከዚህ በላይ ሊሆን አይችልም፡፡" እንደዚሁም ሁሉ የዓብዩ ሽሪ ክርሽና ፍቅር በጣም ሀይል ያለው እንደመሆኑ ትንሿ ጣእም እንኳን የሰውን ልጅ ከከፍተኛው አደጋ ልታድን ትችላለች፡፡ ይህንንም የአብዩ ሽሪ ክርሽና ንቃት ጣእም እያጣጣምን ስንጓዝ ለሴላው የቁሳዊው ዓለም ደስታ ተብለው ለሚጠሩት ሁሉ ምንም ጣእም እንደማይኖረን እየተረዳን እንመጣለን፡፡

በዚህም የክርሽና ንቃቱ ጠንክሮ የዳበረ ሰው በዓለም ላይ ሊገኝ የሚችል ማንኛውም አደጋ ሊረብሸው አይችልም፡፡ በዚህም ዓለም ላይ በቁጥር የማይተመኑ የተለያዩ አደጋዎች ይገኛሉ፡፡ ቢሆንም ግን እነዚህን አደጋዎች እያየን እንደሞኝ ዓይናችንን በመሽፈን መኖር አይገባንም፡፡ በሞኝነታችንም የአደጋዎቹን መሰረታዊ መነሻ ለማወቅ ከመሻት ይልቅ አደጋዎችን ለመሸሽ የምንችለበትን መንገድ ስንፈጥር እንኖራለን፡፡ በሕይወታችን ውስጥ በብዙ አደጋዎች በመጋለጥ ላይ እንገኝ ይሆናል፡፡ ነገር ግን እራሳችንን በክርሽና መንፈሳዊ ንቃት በማዳበር ወደ ዓብዩ የመላእክት ጌታ የምንሄድበትን መንገድ ብናዘጋጅ ለዚህ ዓለም መከራዎች ምንም ግድ ሊሰጠን አይችልም፡፡ አስተሳሰባችንም እንዲህ ይሆናል፡ "አደጋዎች ይመጣሉ ይሄዳሉ፡ ስለዚህ እንደ አመጣጣቸው ይመለሱ፡፡" በቁሳዊ ዓለም ኑሮ ለተወሳሰበ ሰው እና እራሱንም ይህ ጊዜያዊ ገላዬ ነኝ ብሎ ለሚያስብ ሰው እንዲህ ዓይነቱን የላቀ አስተሳሰብ ለመረዳት በጣም አስቸጋሪ ሆኖ ያገኘዋል፡፡ ነገር ግን በክርሽና ንቃቱ በዳበረ ቁጥር እንዲህ ዓይነቱ ከቁሳዊው ገላ ጋር የተነጻጸረው ዓለማዊ ሀሳብ እየቀነሰለት ይመጣል፡፡

በሽሪማድ ብሀገቨታም ቅዱስ መጽሀፍም ውስጥ ይህ ቁሳዊ ትእይንተ ዓለም ልክ እንደ ታላቅ ውቅያኖስ ተመስሎ ተገልጿል፡፡ በዚህም ትእይንተ ዓለም

በሚልዮን እና በቢልዮን የሚቆጠሩ ፕላኔቶች በመንሳፈፍ ላይ ይገኛሉ:: በነዚህም ፕላኔቶች ውስጥ ስንት እና ስንት የአትላንቲክን እና የፓስፊክን የመሳሰሉ ብዙህን ውቅያኖሶች እንደሚገኙ ከቬዲክ ስነፅሁፎች መረዳት እንችላለን:: ይህም መላ የትእይንት ዓለም እንደ ትልቅ የመከራ የትውልድ እና የሞት ውቅያኖስ ተመስሎ ተገልጿል:: ይህንንም ታላቅ የድንቁርና ውቅያኖስ ተሻግሮ ለመሄድ የጠነከረ መርከብ ያስፈልገናል:: ይህም የጠነከረ መርከብ የዓብዩ ሺሪ ክርሽና የሎተስ እፅዋት የመሰለው እግሩ ነው:: በዚህም መርከብ ላይ ወዲያውኑ መሳፈር ይገባናል:: የሺሪ ክርሽናም የሎተስ እፅዋት የመሰለውም እግር ትንሽ ናት ብለንም መጠራጠር አይገባንም:: ምክንያቱም ይህ ግዙፍ የትእይንት ዓለም እራሱ እንኳን ያረፈው በእግሩ ላይ ነው:: ይህንንም የሺሪ ክርሽናን እግር መጠለያው ያደረገ ሰው ይህንን የትእይንት ዓለም ውቅያኖስ ልክ በጥጃ ዱካ እንደተሞላ ውሀ በቀላሉ ተሻግሮ ለመሄድ እንዲችል ያበቃዋል:: ይህችንም የምታክል የውሀ ክምችት አንድ ሰው በቀላሉ ተሻግሮ ለመሄድ አያዳግተውም::

ታም ቪድያድ ዱካህ ሳምዮጋ ቪዮጋም ዮጋ ሳምጅኒታም

"ይህም የዓብዩ ጌታ ንቃት በቁሳዊ ዓለም ግኑኝነታችን ከሚመጡ መከራዎች ሁሉ ሙሉ ነፃነትን የሚሰጥ ነው::" (ብጊ: 6.23)

ለመቆጣጠር በተሳነን የዓለማዊ ስሜት ምክንያት በዚህ ቁሳዊ ዓለም ላይ ተጠምደን እና ተወሳስበን እንገኛለን:: የቬዲክ የዮጋ ስርአትም የሚያስተምረን ይህንኑን ያልተገራ የዓለማዊ ስሜታችንን ጥማት ለመቆጣጠር እንድንችል ነው:: በተለያየ መንገድም ይህንን የዓለማዊ ስሜቶቻችንን ለማርካት ያለንን ትግል ለማቆም ከጀመርን ወደ መንፈሳዊው የደስታ ፈለግ በቀላሉ ለመመለስ እንችላለን:: በዚህም ስርአት ሕይወታችንን የተሳከ ለማድረግ እንችላለን::

ሳ ኒሽቻዬና የከታ‑ብዮ ዮጋ ኒርቪና ቼታሳ
ሳንካልፓ ፕራብህቫን ካማምስ ትያክትቫ ሳርቫን አሼሻታ
ማናሳዬንድርያ ግራግም ቪኒያምያ ሳማንታታህ

ሻኔይህ ሻኔይህ ኡፓራምድ ቡድህያ ድህርቲ ግርሂታያ
አትማ ሳምስትህም ማናህ ክርትቫ ና ኪንቺድ አፒ ቺንታዬት

ያቶ ያቶ ኒሽቻላቲ ማናሽ ቻንቻላም አስትሂራም
ታታስ ታቶ ኒያምያይታድ አትማኒ ኤቫ ቫሻም ናዬት

በብሀገቨድ ጊታም ቅዱስ መጽሀፍ እንዲህ ተብሎ ተጠቅሷል:: "አንድ ሰው በዮጋ
ስርአት ሲሰማራ አንደበቱ የማይወላወል እና በእምነቱ የጠነከረ መሆን አለበት::
ዓለማዊ ፍላጎቶቹንም ሁሉ ሳያማርጥ እርግፍ አድርጎ በመተው ስሜቶቹን ሁሉ
ከሁሉም ወገን በአዕምሮው በመቆጣጠር እና ረጋ ያለ መንፈስ ላይ መገኘት
ይኖርበታል:: በዚህም መንገድ ቀስ በቀስ በሙሉ እምነት በጥልቅ ትኩረት
ሀሳቡን በእራስ ላይ ብቻ በማተኮር አዕምሮው ወደ ሌላ የስሜታዊ ደስታ
ከመሄድ እንዲቆጠብ መግራት ይኖርበታል::

ሀሳባችን ግን የቅብዝብዝነት ባህርይ ስላለው ወዲህ እና ወዲያ በመሄድ ረጋ
ያለ መንፈስ ሳይኖረው በመዘዋወር ትግል ሲያደርግ ይገኛል:: ቢሆንም ግን ከዚህ
እንዲቆጠብ በማድረግ ቅብዝብዙን ሀሳባችንን በራስ ወይም በነፍስ ቁጥጥር ስር
ማዋል ይገባናል::" (ብጊ: 6.24-26)

ሀሳባችን ሁል ጊዜ እንደተረበሸ ነው:: አንድ ጊዜ ወዲህ ሌላ ጊዜ ደግሞ
ወዲያ ሲመላለስ ይታያል:: የቬዲክንም የዮጋ ስርዓት በመከተል ይህንን
ሀሳባችንን ጎትተን ወደ ክርሽና ንቃት ልናመጣው እንችላለን:: ሀሳባችንም
የክርሽናን ንቃትን ትቶ ወደ ሌላ ቁሳዊ ዓለም ተስቦ የሚገኝበት ምክንያት ከዚህ
በፊት በብዙ ትውልዶች በዚሁ የቁሳዊ ዓለም ውስጥ ደስታን ለማግኘት ብዙ
ትግል ያደረግንበት በመሆኑ ነው::

በዚህም ምክንያት አንድ ሰው የክርሽና ንቃቱን ሲጀምር በመጀመሪያው
ደረጃ አስቸጋሪ ሆኖ ሊያገኘው ይችላል:: ነገር ግን እነዚህን ዓይነት እንቅፋቶች
እየተቋቋምን ለመምጣት እንችላለን:: ለዚህም ችግር የምንበቃው ሀሳባችን ሁሌ
በዓለማዊ ደስታ በቀላሉ የሚቃሰቀስ በመሆኑ እና ከአንድ ሀሳብ ወደ ሌላ ሀሳብ
በመዘለል ላይ ስለሚገኝ በክርሽና ንቃት ላይ ለማተኮር አዳጎች ሆኖ እናገኘዋለን::

ለምሳሌ በስራችን ላይ ተሰማርተን እያለን ከዚህ ቤት ከአስር፣ ከሀያ፣ ከሰላሳ

ከአርባ ዓመታት በፊት ስናደርጋቸው የነበሩት ትዝታዎች በሀሳባችን ውስጥ ያለ ምንም ምክንያት በድንገት ጥልቅ ብለው ሲገቡ እንረዳለን:: እነዚህም ሀሳቦች የሚመጡት በሀሳባችን ስር ተመዝግበው ስለሚገኙ እና ወደ ላይ አልፎ አልፎ ከፍ በማለት በወቅቱ ያለንን ሀሳባችን ሲያቃውሱ እናገኛቸዋለን:: ረጋ ያለን ኩሬ ብንቀሰቅሰው ከታች ያለው ጭቃ ሁሉ ወደ ላይ ሊወጣ ይችላል:: እንደዚሁም ሁሉ ሀሳባችን በእነዚህ የቀድሞ ትዝታዎች መረበሽ ሲጀምር ብዙ የተዘነጉትን እና ለብዙ ዓመት ተቀብረው የነበሩትን ነገሮች ሁሉ የማስታወስ ደረጃ ላይ እንገኛለን:: ኩሬውንም ካልበጠበጥነው ጭቃው ወደታች እንደዘቀጠ ይገኛል:: ይህም የቼዲክ የዮጋ ስርአት ሀሳባችንን በማግራት እነዚህን በመንፈሳዊ ሀሳብ እንዳንሰምጥ የሚያረብሹንን ትዝታዎች ወደ ታች አዝቅጠን እንድናስቀምጣቸው የሚያረዳን ስርዓት ነው:: በዚህም ምክንያት ወደ እዚህ ደረጃ ላይ ለመድረስ እና ሀሳባችንን በቁጥጥር ስር ለማዋል ብዙ ሀገጋቶች ተመስርተው ይገኛሉ:: እነዚህንም ሀገጋቶች እና መቆጣጠሪያ ስርአቶች ብንከተል ቀስ በቀስ ሀሳባችንን በቁጥጥር ስር ለማዋል እንችላለን:: ይህም እንዲሳካ ብዙ ማድረግ የሚገባን እና ማድረግ የማይገባን ነገሮች አሉ:: አንድ ሰው ሀሳቡን በቁጥጥር ስር ለማዋል ኮስተር ብሎ ለመሞከር የሚፈልግ ከሆነ እነዚህን ሀገጋቶች መከተል ይገባዋል:: አንደ ፈቃዱ የሚያደርግ ከሆነ ግን እንዴት ሀሳቡን ለመቆጣጠር ይችላል? ሀሳባችንም በመጨረሻ የተገራ ከሆነ እና ትኩረቱ ሁሉ ወደ ዓብዬ ሸሪ ክርሽና ከሆነ ሙሉ ሰላም እና ረጋ ያለ መንፈስ ይኖረናል::

> ፐራሻንታ ማናሳም ሂ ኤናም ዮጊናም ሱከህም ኡታማም
> ኡፓቲ ሻንታ ራጃሳም ብራህማ ብሁታም አካልማሳም

"አንድ ዮጊ የሆነ ሰው ሙሉ ልቦናውን በእኔ ላይ ብቻ ለማተኮር የበቃ ከሆነ ከሁሉም በላይ የሆነውን ደስታ ለማግኘት ይችላል:: ይህንንም ዓይነት የመንፈስ ደስታ ላይ ሲሆንም ከዚህ ቁሳዊ ዓለም መንፈስ ነፃ የወጣ ሊሆን ይችላል:: ሀሳቡም ሳታወላውል በሰላም ላይ ትገኛለች:: ለቁሳዊው ዓለም ያለው የጋለ ፍላጎቱ ሁሉ ቀዝቅዞ ይገኛል:: ከህጥያትም ነፃ ሆኖ ይገኛል::" (ብጊ: 6.27)

ሀሳባችንን በየጊዜው የተለያዩ ቁሳዊ አካሎችን በመጠቀም ደስታን ለመፍጠር ጥረት ያደርጋል:: እንዲህም ብለን እናስባለን:: "ይህ ደስታን ሊሰጠኝ ይችላል"

ወይም "ያ ሊያስደስተኝ ይችላል ይሆናል:: እዚህ ወይም እዚያ ብሄድ ደስታን ላገኝ እችላለሁ::" በማለት ሀሳባችን ሁልጊዜ በየቦታው ሲጎትተን ይገኛል:: ይህም የሚመስለው ባልተለጎመ የፈረስ ጋሪ ላይ እንደተቀመጠ እና እንደሚጓዝ ሰው ነው:: በዚህም ጋሪ ላይ ተቀምጦ የሚገኝ ሰው ፈረሱ ወዴት እንደሚወስደው ለመቆጣጠር ምንም ሀይል የለውም:: ነገር ግን በዝምታ እና በጭንቀት ቁጭ ብሎ ወዴት እንደሚሄድ ማየት ብቻ ነው:: አንድ ሰው በክርሸና ንቃት ላይ የተሰማራ ከሆነ ግን እነዚህን እንዳልተለጎሙ ፈረስ የሚጋልቡትን ሀሳቦች ሁሉ በቀላሉ ለመግራት ሀይሉ ይኖረዋል:: ይህንንም የክርሸና ንቃት በቀላሉ ለማዳበር የሚቻለው የዓብዩ ሸሪ ክርሸናን ቅዱስ ስም ለዘወትር በመዘመር ነው::

"ሀሬ ክርሸና ሀሬ ክርሸና ክርሸና ክርሸና ሀሬ ሀሬ፡ ሀሬ ራማ ሀሬ ራማ ራማ ራማ ሀሬ ሀሬ"

ይህንንም ፈለግ በመከተል እራሳችንን በዓብዩ ሸሪ ክርሸና አገልግሎት ላይ መላ ሕይወታችንን ማስማራት ይገባናል:: ይህም ረጋ ያለ መንፈስ የሌለውን እና ከዚህ ወደዚያ የሚጎትተንን ሀሳባችንን በቁጥጥር ስር እንድናስውለው ያስችለናል:: አለበለዛ ግን ይህን የቁሳዊ ዓለም ጊዜያዊ ደስታ ከትውልድ ትውልድ እያሳደድን ፋይዳ በሌለበት የደስታ ምንጭ ላይ ጊዜያችንን በማሳለፍ በከንቱ ሕይወታችንን ስናባክን እንገኛለን::

ይንጁን ኤሻም ሳዳትማናም ዮጊ ቪጋታ ካልማሳህ
ሱክኤ ና ብራህማ ሳምስ፫ፓርሻም አትያንታም ሱክሃም አሽኑቴ

"በራሱ መንፈሳዊ ሀሳብ ላይ ብቻ በማተኮር ከቁሳዊ ዓለም መንፈስ ነፃ በመሆን ይህ ዮጊ ከፍተኛውን የደስታ ደረጃ በማግኘት ከላቀው የዓብዩ ጌታ መንፈስ ጋር ተጣምሮ ይገኛል::" (ብጊ: 6.28)

በሙሉ ልቦናው ለሚያገለግለው ሰው ሁሉ ሸሪ ክርሸና መጠለያ ሆኖ ይገኛል:: አንድ አገልጋዩ በጭንቀት እና በመከራ ላይ ቢሆንም እንኳን ክርሸና ከዚህ ዓይነቱ ፈተና ሊያድነው ይችላል:: በብህገሸድ ጊታ እንደተጠቀሰውም ሸሪ ክርሸና የሁሉም ትሁት ጓደኛ ነው:: ይህንንም የዘነጋውን ጓደኝነት መቀስቀስ ይገባናል:: ይህንንም ለመቀስቀስ የምንችልበት ስርዓት የክርሸና ንቃት እና

የአገልግሎት ስርአት ነው። ይህንን ስርዓት መከተል የዚህን ቁሳዊ ዓለም ተራ የደስታ ምንጭ ለማግኘት ያለን ትግል እንድናቆም ይረዳናል። ይህም የቁሳዊ ዓለም የደስታ ጉጉት ከክርሽና እንድንርቅ የሚያደርገን እንቅፋት ነው። ክርሽና በልባችን ውስጥ በመቀመጥ ሁልጊዜ ወደ እርሱ እንድንመለስ እየጠበቀን ነው። ቢሆንም ግን እኛ የዚህን ቁሳዊ እና ጊዜያዊ ዓለም ፍራፍሬ በጉጉት በመመገብ ላይ እንገኛለን። ይህም ዓለማዊ ጉጉት መቆም ይገባዋል። እራሳችንንም በመንፈሳዊ ማንነታችን ተመርኩዘን፤ ንፁህ ነፍሳት ሆነን መገኘት ይጠበቅብናል።

2 የመዝሙር እና ክርሽናን የማወቅ መንገድ

ሀሬ ክርሽና ሀሬ ክርሽና ክርሽና ክርሽና ሀሬ ሀሬ ሀሬ ራማ ሀሬ ራማ ራማ ራማ ሀሬ ሀሬ፡፡ ይህ የቅዱስ ስም አቢራ የሸፈነውን መስተዋት የመስለውን ዓለማዊ አንደበትና ህሳባችንን ሊያፀዳልን የሚችል ማህሌት ነው፡፡ በአሁኑ ጊዜ በዚህ የህሳባችን መስታወት ላይ የዓለማዊ የምኞት አቢራ ተከማችቶ ይገኛል፡፡ ይህም በኒውዮርክ ውስጥ በቁጥር ሁለት መንገድ ላይ በተጓዙ ወቅት በብዛት ተከማችቶ እንደምናየው አቢራ ሊመሰል ይችላል፡፡ እኛም እንደዚሁ በዚህ ዓለም ላይ እየተጋጋዝን አዕምሮዋችንን እና ህሳባችንን በብዙ የቁሳዊ ዓለም ባህርዮች በመሙላት ንጹህ የነበረውን የህሳባችንን መስታወት በዚህ ዓለማዊ አቢራ ሞልተነው እንገኛለን፡፡ በዚህም ምክንያት ይህችን ዓለም በትክከለኛ እና በንጹህ አመለካከት ለማየት ሲያዳግተን እንገኛለን፡፡ ቢሆንም ግን ይህንን የቅዱስ ስም ማህሌት በመዝሙር (የሀሬ ክርሽና መሃ ማንትራ) ይህን የተከማቸውን የዓለማዊ አንደበት አቢራ ልናፀዳው እንችላለን፡፡ ይህም ስርዓት የእራሳችንን ትክከለኛ ማንነት ለመገንዘብም እንድንችል የሚረዳን ነው፡፡ እንዲህ ብለንም ለመረዳት እንችላለን "እኔ ማለት እኮ በገላዬ ውስጥ የምገኝ ነፍስ እንጂ ቁሳዊው ገላዬ አይደለሁም፡፡ ይህን የማውቅበት መንገድም በገላዬ ውስጡ ከነፍሴ የመነጨ ሙሉ ንቃት በመኖሩ ነው፡፡" እንዲህም በመገንዘብ ውስጣዊ የሆን ንጹህ ደስታችንን ለመመስረት እንችላለን፡፡ ይህንንም የሀሬ ክርሽና የቅዱስ ስም ማህሌት በተደጋጋሚ በመዝሙር የዓለማዊ ጭንቀት እና ስቃዮቻችን ሁሉ ለማጥፋት እንችላለን፡፡ በዚህ ቁሳዊ ዓለም ውስጥ ብዙ የመከራ እና የስቃይ እሳቶች እየነደዱ ነው፡፡ ሙላው የምድር ህዝብም ይህንን እሳት ለማጥፋት

በመፃፃፍ ላይ ይገኛል፡፡ ቢሆንም ግን የአንድ ሰው ሕይወቱ በንጹህ የመንፈሳዊ ንቃት ላይ የተመሰረተ ካልሆነ እነዚህ በዓለም ላይ ያሉት የጭንቀት እና የመከራ እሳቶች ሊጠፉ አይችሉም፡፡ ዓብዬ ሽሪ ክርሽና ወደ እዚህ ምድር ላይ የመጣበት ዋናው ዓላማ ይህንን የቁሳዊው ዓለምን የመከራ ስቃይ ለማጥፋት እና ድህርማ ወይም የመንፈሳዊ አገልግሎት የመስጠት ስርዓትን ለማቋቋም ነው፡፡

> ያዳ ያዳ ሂ ድህርማስያ ግላኒር ብህቨቲ ብህረታ
> አብህዩታናም አድህርማስያ ታዳትማናም ስርጃሚ አህም
>
> ፓሪትራናያ ሳድሁናም ቪናሻያ ቻ ዱስክርታም
> ድህርማ ሳምስትህ ፓናርትህያ ሳምብህቫሚ ዩዌ ዩዌ

"የሃይማኖት እምነት እና ልምድ በወደቀ ጊዜ እና ከሃዲነት የተሞላበት ህብረተሰብ በተፈጠረ ቁጥር ኦ የብህረት የልጅ ልጅ ሆይ፤ በዚያን ጊዜ እኔ ራሴ ወደ ምድር እወርዳለሁ፡፡ የምመጣበትም ምክንያት አማኝ መንፈሳውያንን ለመጠለል፤ ከሃድያንን ለማጥፋት እና የሃይማኖታዊ ስርዓቶችን እንደገና ለመመስረት (ድህርማ) ከዘመን ዘመን እኔ ራሴ ወደ እዚህ ዓለም እመጣለሁ፡፡" (ብጊ፡ 4.7-8)

በዚህም ጥቅስ ላይ "ድህርማ" የተባለው ቃል ተጠቅሷል፡፡ ይህም ቃል ወደ እንግሊዘኛ በተለያያ ትርጉም ተተርጉም እናገኘዋለን፡፡ እንዳንድ ጊዜ "እምነት" ወይም "ሃይማኖት" ተብሎ ተተርጉም እናገኘዋለን፡፡ ነገርግን ከቬዲክ ስነጽሁፎች አንፃር ስንየው "ድህርማ" ማለት እምነት ማለት አይደለም፡፡ እምነት ሊቀያየር ይችላል፡ ነገርግን "ድህርማ" ሊቀየር የማይችል ነው፡፡ የውህ ፈሳሽነት ሊቀየር የማይችል ነው፡፡

የውህነት ባህሪውም ወደ በረዶነት ቢቀየር ውህ መሆኑ ቀረ ማለት ነው፡፡ ውህ እና የፈሳሽነት ባህርይ ሊነጣጠሉ አይችሉም፡፡ በረዶ ሲሆን ግን የውህ መሰረታዊ ባህርዩን ቀይሮ ወደ ሌላ ደረጃ ተቀየረ ማለት ነው፡፡ የእኛም ድህርማ ወይም መሰረታዊ ደረጃችን የዓብዬ የመላእክት ጌታ ቅንጣሬ አካል እና ወገን እንደመሆናችን ሁሉ የእኛ ድህርማ ዓብዬ አምላክን ማገልገል ብቻ ነው፡፡ መንፈሳችንንም እርሱን ለማገልገል መግራት ይገባናል፡፡

ይህ ንጹህ ዓብዬ አምላክን የምናገለግልበት መንፈሳዊ አንደበታችን በዓላማዊ ኑሮ ውስጥ ገብቶ በስህተት ሌሎችን በማገልገል ተሰማርቶ ይገኛል፡፡

ማገልገል በመሰረታዊ ፍጥረታችን ውስጥ ያለ እና የማይለየን ነው። ሁላችንም አገልጋዮች እንጂ የበላይ ጌታ አይደለንም። እያንዳንዱ ሰው ሌላውን ሲያገለግል እናያለን። ምንም እንኳን የአገሩ ፕሬዝዳንት የሀገሩ መሪ ሆኖ ቢገኝም መንግስትን እና ህብረተሰቡን ለማገልገል የቆመ ነው። አገልግሎቱንም መስጠት ሲያቆም ከስልጣን ይወርዳል። አንድ ሰው "እኔ የሁሉም የበላይ ጌታ ነኝ" ብሎ ማሰብ "ማያ" ወይም ስህተታዊ እንደሆን ይታወቃል። በዚህ ዓይነቱ የቁሳዊ ዓለም አንደበት የተፈጠሮ መንፈሳዊ አገልግሎታችንን ዘንግተን እና ዓለማዊ ማዕረጋችንን ይዘን ዓብዮ አምላክን የማገልገል ባህርያችንን አዳክመን እንገኛለን። ከእነዚህም ዓለማዊ ማዕረጎች እና እራሳችንን እንደ ጌታ አድርገን ከማሰቡ ነፃ ስንሆን አቢራው እንደተወለወለ መስታወት ንፁህ አንደበት ይዘን እንገኛለን። የፍጥረታችንም መሰረታዊ ዓላማ ሽሪ ክርሽናን ለማገልገል ብቻ መሆኑንም በቀላሉ እንረዳለን።

አንድ ሰው ሊገነዘበው የሚገባው ነገር ቢኖር በዚህ ዓለም ላይ የምንሰጠው አገልግሎት እና በመንፈሳዊ ኑሮ የምንሰጠው አገልግሎት የተለያዩ መሆናቸውን ነው። እንዲህም ልናስብ እንችል ይሆናል። "ከዚህ ዓለም ነፃ ከወጣን በኋላ እንደገና አገልጋዮች ሆነን እንፈጠር ይሆን?" ይህም ዓይነት አስተሳሰብ ሊኖረን የሚችለው በዚህ ዓለም ላይ አገልጋይ መሆን ደስታን የሚሰጥ ባለመሆኑ ነው። በመንፈሳዊ ዓለም ግን እንደዚህ ዓይነት ስሜት አይኖርም። በመንፈሳዊ ዓለም ላይ በአገልጋዩ እና በጌታ ብዙ የማእረግ ልዩነት የለም። በዚህ ዓለም ላይ ግልጽ የሆን የማዕረግ ልዩነት አለ። ፍጹም በሆነው የመንፈሳዊው ዓለም ግን እንደዚህ ዓይነት ግልፅ የሆነ ልዩነት የለም።

ለምሳሌ ከበህገሽብ ጊታ ቅዱስ መጽሐፍ እንደምንረዳው ክርሽና የአርጁና የሰረገላው ነጂ ለመሆን መርጦ እናየዋለን። በመሰረታዊ ደረጃው ግን አርጁና የሽሪ ክርሽና አገልጋይ እንደሆነ ግልፅ ነው። በጠባዩ እና በፍታዉ ግን አንዳንድ ጊዜ ዓብዮ ጌታ የአገልጋዮቹ አገልጋይ ሆኖ ይታያል። ይህም የበታች ሊያደርገው አይችልም። (ቼፃ: ማድህያ 13 80)ስለዚህም አንዳንድ ጊዜ ይህን የዓለማዊ አስተሳሰባችንን ከመንፈሳዊ መሰረታዊ ትርጉሞች ጋር ቀላቅለን ከማየት መቆጠብ ይኖርብናል። በዓለማዊ መንገድ የምንያያቸውም ነገሮች ሁሉ ከመንፈሳዊው ዓለም የተገለቢጦሽ ናቸው። ይህም "ድሀርማ" ወይም አምላክን የማገልገሉ

መንፈስ በዓለማዊ አስተሳሰብ ተበክሎ በተገኘ ቁጥር ዓብዮ ጌታ እራሱ ወደ እዚህ ዓለም ይመጣል ወይም ትሁት አገልጋዮቹን ወደዚህ ዓለም ለማስተማር ይልካል፡፡ ለምሳሌ ጌታ እየሱስ ክርስቶስ "የዓብዮ ፈጣሪ አምላክ ልጅ" እንደሆነ ገልጾልናል፡፡ እንደዚሁም ሁሉ በዓብዮ የመላእክት ጌታ የምድር ተወካይ ሆኖ ማስተማሩንም እንረዳለን፡፡ በሌላ ምሳሌ ነብዩ መሀመድ የዓብዮ ጌታ "እላህ" አገልጋይ መሆኑን ገልጾልናል፡፡ በምድር ላይ የመንፈሳዊ ደረጃችን በተቃወሰ ቁጥር ዓብዮ ጌታ ከግዜ ግዜ እራሱ ይመጣል ወይንም ደግሞ ተወካዮቹን በመላክ የመንፈሳዊ ትምህርታችንን እንድንማር ያመቻችልናል፡፡

ስለዚህም "ድህርማ" አንድ የተፈጠረ የህይምኖት እምነት ነው ብለን መሳሳት አይኖርብንም፡፡ በትክክለኛ መንገድ ስናየው "ድህርማ" በፍፁም ከነፍሳት ተነጥሎ ሊኖር የሚችል ነገር አይደለም፡፡ ልክ ጣፋጭነት ከስኳር እንደማይለይ ሁሉ፤ ጨዉነትም ከጨው እንደማይለይ ሁሉ፤ ጥንርካሬም ከድንጋይ እንደማይለይ ሁሉ፤ ዓብዮ አምላክን የማገልገል የነፍስ ባህርይ (ድህርማ)ከነፍስ ተነጥሎ ሊኖር የሚችል አይደለም፡፡ በምንም ደረጃ ነፍሳችን ከዚህ ባህርይ ተለይታ ልትኖር አትችልም፡፡ የነፍሳት ድህርማ ዓብዮ ጌታን ማገልገል ነው፡፡ በዚህ ዓለም ላይ እያንዳንዳንችን ይህ የማገልገል ባህርይ እንደአለን በቀላሉ ለማየት እንችላለን፡፡ ይህም ወይ እራሳችንን ወይም ሌሎችን በማገልገል ነው፡፡ የብህገቨድ ጊታ የቅዱስ መጽሀፍም የሚያስተምረን እንዴት ክርሽናን ለማገልገል እንደምንችል፤ እንዴት ከዚህ ዓለማዊ አገልግሎት እንደምንላቀቅ፤ እንዴት የክርሽናን ንቃትን እንደምናዳብር እና እንዴት ከዚህ ከቁሳዊ አካላችን አስተሳሰብ እንደምንርቅ ነው፡፡

ከዚህ በላይ ከተጠቀሰው "ፓሪትራናያ ሳድሁናም" (ብጊ: 4.8) ከሚለው ጥቅስ "ሳድሁ" የሚለው ቃል ሲተረጐም፤ ባህታዊ ወይም መንፈሳዊ ሰው ማለት ነው፡፡ ባህታዊ ሰው ማለት በጣም ትእግስት ያለው፤ ለሁሉም ሩህሩህ የሆነ፤ ለሁሉም ጓደኛ እና ለማንም ጠላት ያልሆነ እንዲሁም በማናቸውም ጊዜ ሰላምተኛ የሆነ ሰው ማለት ነው፡፡

አንድ መንፈሳዊ ሰው 26 ዓይነት ባህርዮች እንዳሉት በቬዲክ ስነጽሁፎች ተገልጿል፡፡ በብህገቨድ ጊታም ሽሪ ክርሽና ስለነዚህ ብህርዮች ግምገማ ሊሰጥ እናያለን፡፡

አጤ ቼት ሱዱራቻሮ ብሀጁቴ ማም አናንያ ብህክ
ሳዱር ኤባ ሳ ማንታሸያህ ሳምያግ ሸያሻሲቶ ሂሳህ

"እንድ ሰው ምንም እንኳን በጣም የሚያስኮንን ኃጥያት ፈጽሞ ቢሆንም በልቦናው ዓብዮ ጌታን የማገልገል ባህርይ ካለው መንፈሳዊ ተብሎ ሊታይ ይቻላል:: ምክንያቱም በትክከለኛ እንደበት እና ስርዓት ላይ ስለሚገኝ ነው::" (ብጊ: 9.30)

በተራ የዓለማዊ ዓይን ስናየው የእንድ ሰው ጥሩ ግብረ ገባዊ እንደበት ለሌላው ጥሩ ሆኖ ላይታየው ይቻላል:: የእንድ ሰው ጥሩ ግብረ ገባዊ ያለሆነ መጥፎ እንደበት ለሌላው ጥሩ መስሎ ሊታየው ይቻል ይሆናል:: ለምሳሌ በሂንዱ ባህል ወይን ጠጅ መጠጣት ግብረ ገባዊ ጥሩ ምግባር ሆኖ አይታይም:: ነገር ግን በምእራባውያን አገሮች ይህ ወይን ጠጅ መጠጣት በባህሉ ውስጥ የተለመደ እና ተቀባይነት ያለው ነገር ነው:: ስለዚህ የግብረ ገብ ባህሪ ጊዜ ቦታ አካባቢው እና የህብረተሰቡ አስተሳሰብ ሊወስነው ይቻላል:: ቢሆንም ግን በእያንዳንዱ ህብረተሰብ ይህ የጥሩ ወይም የመጥፎ የግብረገብ ባህሪ ሁሌ ይገኛል:: በዚህም ጥቅስ ዓብዮ ሸሪ ክርሽና የሚገልፀው ምንም እንኳን እንድ ሰው ከዚህ ቀደም በመጥፎ ግብረ ገብ ባህርይ ተሰማርቶ ቢገኝም እንደበቱን ለውጦ ለክርሽና ንቃት ከበቃ የቀድሞ ባህሪው ላይ ትኩረት ሊሰጥ አይገባም:: ይህ ሰው ከምንም ዓይነት ዓለማዊ ህይወት እንኳን ቢመጣም እንደበቱን ወደ ክርሽና ንቃት ከመለሰ ቀስ በቀስ ልቦናው እየፀዳ በሜዱ መጥፎ የነበረው ባህሪው ሁሉ እየጠፋ ቀስ በቀስም ወደ መንፈሳዊ ወይም ባህታዊነት ለመድረስ ይቻላል::

ለምሳሌ እንዲሆን እንድ ወደ ቅዱስ የሆነ ከተማ የሄደ የሌባን ታሪክ እንመልከት:: ይህ ሌባ ወደ እዚህ ቅዱስ ከተማ ለመሄድ ጉዞ ላይ እያለ እርሱ እና ሌሎች ተጓዦች ምእመናን በእንድ ሆቴል ለማደር ወሰኑ::የመስረቅ ጠባይም ያለው ይነው ሌባ ምሽት ላይ የሌሎቹን ምእምናን ቦርሳዎች እየከፈተ እንዴት ለመስረቅ እንደሚቸል ዝግጁት ማድረግ ጀመረ:: ነገር ግን በሀሳቡ "እኔ ለመንፈሳዊ ዓላማ መጥቼ እንዴት ወደ መስረቅ እሰማራለሁ" ብሎ ማሰብ ጀመረ:: "ማድረግ አይገባኝም" ብሎም ወሰነ:: ነገር ግን በዚህ በመስረቅ ልማዱ እጁን ከመስረቅ ለመሰብሰብ አቃተው:: ስለዚህ እንዱን ቦርሳ እንስቶ ወደ ሌላ ሰው ወገን

አስቀመጠው፡፡ ሌላውንም ቦርሳ እንዲሁ አንስቶ ወደ ሌላ ወገን አስቀመጠው፡፡ ነገር ግን የመስረቅ ጥፋት ውስጥ ለመግባት ስሜቱ ስለተሸበረ ምንም ነገር ለመስረቅ አልቻለም፡፡ ጥዋትም ሲነጋ እና መንገደኞቹ ተነስተው ቦርሳቸውን ሲፈልጉ ያስቀመጡትን ለማግኘት አልቻሉም፡፡ በዚህም ምክንያት ብጥብጥ ተነሳ እና ወደ መጨረሻም ሁሉም ቦርሳቸውን ለማግኘት በቁ፡፡ ቦርሳቸውን ካገኙም በኋላ ሌባው ተነሳ እና ሁኔታውን መግለፅ ጀመረ፡፡

"ከቡራን ሆይ እኔ ያለኝ ሙያ የሌብነት ሙያ ብቻ ነው፡፡ ሌሊት የመስረቅም ከፍተኛ ልምድ ስላለኝ ከሁላችሁም ቦርሳ ለመስረቅ አስቤ ነበር፡፡ ነገር ግን የመጣሁበት ዓላማ ወደ ቅዱስ ስፍራ ለመሄድ በመሆኑ መስረቅ አይገባኝም ብዬ ወስኑ፡፡ በዚህም ባለኝ ልምድ ምክንያት ቦርሳችሁን በማንሳት የተዘበራረቀ ቦታ ለማስቀመጥ ተገድጃለሁ፡፡ ስለዚህም ይቅርታችሁን በትህትና እጠይቃለሁ፡፡" ይህም የሚያሳየን የመጥፎ ልማድ በቀላሉ እንደማይለቀን ነው፡፡ ለመስረቅ ምንም ዓላማ አልነበረውም ነገር ግን ልምዱ ስለአለበት እጁን ለማሳረፍ አልቻለም፡፡

ስለዚህ ክርሽና እንዲህ ይለናል፡፡ "አንድ ሰው ከመጥፎ ልማዱ ለመወገድ ውሳኔ ካደረገ እና በክርሽና ንቃቱ መዳበር ከጀመረ እንደ ሳድሁ ወይም እንደ መንፈሳዊ ሆኖ ይቆጠራል፡፡ ይህም ምንም እንኳን በቀድሞ ልማዱ ወይም በድንገት ወደ ስህተቱ ቢመለስም ነው፡፡ በሚቀጥለውም ጥቅስ ክርሽና እንዲህ ብሎ ገልጾልናል፡፡

ሺፕራም ብህቬቲ ድሃርማትማ ሻሽባክ ቻንቲም ኒጋቻቲ
ኮንቴያ ፕራቲጃኒሂ ናሜ ብህክታ ፕራናሽያቲ

"እርሱም በቶሎ ትክክለኛ ይሆንና የዘለቀ ሰላምን ያገኛል፡፡ አ የኩንቲ ልጅ ሆይ የእኔ አገልጋይ የሆነ በፍጹም ሊወድቅ እና ሊጠፋ እንደማይችል ለህዝብ በይፋ ተናገር፡፡" (ብጊ፡ 9.31)

በዚህ ጥቅስ ላይ በሸሪ ክርሽና እንደተጠቀሰው ሁሉ አንድ ሰው የክርሽናን ንቃት ለማዳበር ውሳኔ ሲያደርግ በአጭር ጊዜ ውስጥ መንፈሳዊ ሰው ለመሆን እንደሚችል ጥርጥር የለውም፡፡ ለምሳሌ አንድ ሰው የኤሌክትሪክ ማራገቢያውን የመብራት ሀይል ሊያጠፋው ይችላል፡፡ ምንም እንኳን የመብራት ሀይሉ ቢጠፋም ግን ማራገቢያው ለጥቂት ጊዜ መሽከርከሩን አያቆምም፡፡ ከጥቂት

ጊዜ በኋላ ግን ከመሽከርከር መቆሙ የተረጋገጠ ነው፡፡ እንደዚሁም ሁሉ አንድ ጊዜ ልቦናችንን ወደ ዓብዩ ሽሪ ክርሽና እና የሎተስ እፀዋት ወደ መሰለው እግሩ ከመለስን የዓለማዊ አዝማሚያዎችን ሁሉ እየቀነሰ ይመጣል፡፡ ምንም እንኳን እነዚህ ዓለማዊ ባህርዮች ለጥቂት ጊዜ ቢቀጥሉም ከጊዜ በኋላ ግን እንደሚጠፉ ጥርጥር የለውም፡፡ ከዚህም የምንረዳው አንድ ሰው የሽሪ ክርሽናን ንቃት መከታተል ሲጀምር ጥሩ ሰው ለመሆን በተለየ መንገድ ጥረት ማድረግ አያስፈልገውም፡፡ ጥሩ የሚባሉ ባህሪዮች ሁሉ ወዲያውኑ ይመሰረታሉና ነው፡፡ በሽሪማድ ብሃገቨታም ቅዱስ መጽሐፍም እንደተጠቀሰው አንድ የክርሽን ንቃት ባህርይ ያለው ሰው ጥሩ የሚባሉት ባህርያት ሁሉ የሚከስቱበት ነው፡፡ ነገር ግን አንድ ሰው የዓብዩ የመላእክት ጌታ መንፈስ የራቀው ሆኖ ምንም እንኳን ጥሩ የሚባሉ ነገሮች ቢያደርግም እነዚህ ድርጊቶች ጥሩነቱን ለማንፀልበት ሀይል አይኖራቸውም፡፡ ምክንያቱን እነዚህ የተወሰኑ ባህሪያት ብቻ ከሌላ ከማያስደስቱ ዓላማዊ ነገሮች ሁሉ ሊቀጥቡት ስለማይችሉ ነው፡፡ አንድ ሰው የሽሪ ክርሽናን ንቃት ለማግዳበር ካልበቃ በዚህ ቄሳዊ አለም ውስጥ ጥፋቶችን እንደሚያደርግ የተረጋገጠ ነው፡፡

ጃንማ ካርማ ቻሜ ድብያም ኤቨም ዮቬቲ ታትቭታህ
ትያክትቭ ዴሀም ፑናር ጃንማ ናይቲ ማም ኢቲ ሶርጁና

"በዚህ ዓለም ላይ የእኔን መንፈሳዊ አመጣጥ እና ስራዎቼን ሁሉ በትክክሉ የሚረዳ ሰው ይህን ቄሳዊ ገላውን በሞት ሲለይ ወደ እዚህ ቄሳዊ ዓለም እንደገና ለመወለድ አይመጣም፡፡ አ አርጁና ሆይ የሚሄደውም ወደ እኔ የዘለዓለማዊው መንግስተ ሰማያት ነው፡፡" (ብጊ. 4.9)

ሽሪ ክርሽና ወደ እዚህ ቄሳዊ ዓለም የሚመጣበትም ምክንያት በዚሁ ምዕራፍ በትንተና ተገልጿል፡፡ ለተወሰነ ዓላማም ወደ እዚህ ዓለም ሲመጣ የሚያደርጋቸው እንቅስቃሴዎች ይኖራሉ፡፡ በእርግጥ ዓብዩ ጌታ ወደ ምድር እንደ ሰው ሆኖ ሊመጣ አይችልም ብለው የሚያምኑ አንዳንድ ፈላስፋዎች ሊኖሩ ይችላሉ፡፡ እንዲህም ይላሉ "ለምን ዓብዩ ጌታ ወደ እዚህ ወደ ቆሻሻ ዓለም ይመጣል?" ነገር ግን በበህገቨ ጊታ ጥቅሶች በግልፅ የተዛፈውን አንብበን

ልንረዳ እንችላለን፡፡ ይህን ለመረዳትም የብሀገሸድ ጊታን ትምህርት እንደ ቅዱስ መፅሀፍነቱ እንደተገለፀው መቀበል ይገባናል፡፡ አለበለዛ ማንበቡ ብጫ ጥቅም አይኖረውም፡፡ በብሀገሸድ ጊታ ሽሪ ክርሽና እንደገለፀው በዚህ ምድር ላይ ሽሪ ክርሽና እንደ ሰው ሆኖ በመምጣት ዓላማውን ለሚሚላት እንቅስቃሴዎችን እንደሚያደርግ ገልፆልናል፡፡

ለምሳሌ ለአርጁና የሰረገላ ነጂ ለመሆን መርጦ በኩሩከሼትራ የጦር ሜዳ ላይ ብዙ እንቅስቃሴዎችን አድርጓል፡፡ በጦርነትም ጊዜ እንድ ሰው ወይም ህብረተሰቡ ወደ እንድ ሰው ወይም ወደ እንድ ህብረተሰብ የማድላት አዝማሚያውን ሊያሳይ ይችላል፡፡ ዓብዮ ጌታ ክርሽናም በኩሩከሼትራ ጦርነት ጊዜ ወደ አርጁና ወገን እንደሚያደላ እንደቡቱን ግልፅ አድርጎ ነበር፡፡ ሽሪ ክርሽና በተፈጥሮው በነፍሳቶች መሀከል የሚያዳላ አይደለም፡፡ ነገር ግን በውጪ ስናየው በጦርነቱ ላይ አዳልቶ የቀረበ ይመስለናል፡፡ ይህም የሽሪ ክርሽና የማዳላት አዝማሚያ እንደ ተራ ሆኖ መታየት አይገባውም፡፡

በዚህም ጥቅስ ላይ ሽሪ ክርሽና እንደገለፀው እርሱ ወደዚህ ዓለም የመጣበት ምክንያት ለመንፈሳዊ ተግባር ነበር፡፡ ይህ ዲቫያም የተባለው ቃል መንፈሳዊ ማለት ነው፡፡ በምድር ላይ የነበሩት የሽሪ ክርሽና እንቅስቃሴዎች ሁሉ ተራ እንቅስቃሴዎች አልነበሩም፡፡ በህንድ አገር ውስጥ በሐሴ ወር ውስጥ ምንም የዘር ልዩነት ሳይኖር መላ ህብረተሰቡ የክርሽናን ልደት ያከብራሉ፡፡ ይህም ልክ በምእራባውያን አገር እንደምናየው የገና በዓል ሆኖ ሊመሰል ይችላል፡፡ የክርሽና የልደት ቀን "ጃንማስተሚ" ተብሎ ይታወቃል፡፡ በዚህም ጥቅስ ላይ ክርሽና "ጃንማ" የሚለውን ቃል ሲጠቀምበት እናያለን፡፡ ይህም ማለቱ "የእኔ ልደት" ማለቱ ነው፡፡ ልደትም ስለነበረ እንቅስቃሴዎችም ነበሩ፡፡ የክርሽና ልደት እና እንቅስቃሴዎች ሁሉ መንፈሳዊ ናቸው፡፡

ይህም ማለት ልደቱ እና እንቅስቃሴዎቹ ሁሉ እንደ ተራ ሆነው ሊታዩ አይገባቸውም፡፡ እንድ ሰው የሽሪ ክርሽና እንቅስቃሴዎች እንዴት መንፈሳዊ ሊሆኑ ይችላሉ ብሎ ሊጠይቅ ይችላል፡፡

"ሽሪ ክርሽና እንደ ሰው ተወልዷል፤ ከአርጁና ጋርም በጦርነት ተሰማርቷል፤ ቫሱዴቭ የሚባል አባት እና ዴቫኪ የተባለች እናት አለችው፡፡ ታድያ መንፈሳዊነቱ ምን ላይ ነው?" ብሎ እንድ ሰው ሊጠይቅ ይችላል፡፡ ክርሽና ደግሞ በብሀገሸድ

ጊታ "ኤሻም ዮ ቼቲ ታትቫታህ" ብሎ ተናግሯል፡፡ ይህም የትውልዱን እና የሚያደርገውን እንቅስቃሴዎች ሁሉ ከተራ እንቅስቃሴዎች ለይተን በእውነቱ ማወቅ ይገባናል፡፡ አንድ ሰው ይህንን ትውልዱን እና እንቅስቃሴውን በእውነቱ ለመረዳት ብቁ ከሆነ ውጤቱ ምን እንደሆነ በብህገቨድ ጊታ ተገልጿል፡፡ "ትታክትቫ ዴህም ፑናር ጀንማ ናዩቲ ማም ኢቲ ሶ አርጁና" (ብጊ: 4.9) ይህም ሰው ከዚህ ዓለም በሞት ሲለይ ወደ እዚህ የመከራ ቁሳዊ ዓለም ተመልሶ ለትውልድ አይመጣም፡፡ የሚሄደውም በቀጥታ ወደ ሸሪ ክርሽና ይሆናል፡፡ ይህም ማለት ነፍሱ ከዚህ ቁሳዊ ዓለም ኑሮ ነፃ ወጣች ማለት ነው፡፡ የሚሄደውም ወደ ዘላዓለማዊው ወደ መንፈሳዊ ዓለም ሲሆን የመንፈሳዊ ተፈጥሮውንም በመያዝ የደስታ፤ የሙሉ እውቀትና የዘላዓለማዊውን ኑሮ ይጀምራል፡፡ ይህንን ሁሉ ለማግኘት የሚቻለው የክርሽናን ትውልድ እና እንቅስቃሴዎች መንፈሳዊ እንደመሆናቸው በእውነቱ በመገንዘብ ነው፡፡

በተፈጥሮ እንደሚታየው አንድ ሰው በሞት ገላውን ለቅቆ ሲሄድ ሌላ ገላ በመያዝ እንደገና መወለዱ የማይቀር ነው፡፡ የሁሉም ነፍሳት ሕይወት ሲቀጥል የምናየው ገላቸውን ከአንድ ዓይነት ገላ ወደ ሌላው ዓይነት ገላ በመቀያየር ነው፡፡ ይህም የነፍስ ከዚህ ዓለም ኮብልሎ መሄድ እና እንደገና መወለድ ማለት ነው፡፡ ይህንንም ትውልድ የሚወስነው በዓለም ላይ የምናደርጋቸው እንቅስቃሴዎች ናቸው፡፡ በአሁኑ ጊዜ ይህ የያዝነውን ቁሳዊ ገላ እንደ ራሳችን አድርገን ስንቆጥረው እንገኛለን፡፡ ነገር ግን ይህ ገላችን የሚመስለው እንደ ልብሳሳችን ነው፡፡ ከቬዲክ ስነፅሁፎች እንደምንማረው የራሳችን የሆነ ዘላዓለማዊ ገላ አለን፡፡ ይህም ገላ መንፈሳዊ ገላችን ነው፡፡ ይህ ቁሳዊ ገላ ከዘላዓለማዊው መንፈሳዊ ገላችን ጋር ሲወዳደር በሀስት እውነትን እንደሚያስመስል የስንዴ ሸፍን ገለባ ሆኖ ይገኛል፡፡ ይህም ገላችን ሲያረጅ እና ሲጐሳቆል ወይም በአደጋ ምክንያት ከጥቅም ውጪ ሁኖ ሲገኝ ልክ እንደ ቆሸሸ ወይም እንደ ተበላሸ ከዳናችን ወደ ጐን አስቀምጠነው ሌላ አዲስ ገላ ለመያዝ እንበቃለን፡፡

ሻሳምሲ ጁርናኒ ያትህ ቪሀያ ናኳኒ ግርህናቲ ናሮ ፓራኒ
ታትህ ሻሪራኒ ቪሀያ ጁርናኒ አንያኒ ሳምያቲ ናኳኒ ዴሂ

"አንድ ሰው ያረጀውን ከዳን አውልቆ አዲስ ክዳን እንደሚለብስ ሁሉ ነፍሳችንም ያረጀውን እና ከጥቅም ውጪ የሆነውን ቁሳዊ ገላችን እርግፍ አድርጋ ትታ አዲስ ገላ ለመያዝ ትበቃለች::" (ብጊ: 2.22)

በመጀመሪያም በፅንስ ጊዜ ገላችን ከአተር ፍሬ ያነስ ሆኖ ይገኛል:: ከዚህም በላይ በማደግ ሕፃን ልጅ ለመሆን ይበቃል:: ከዚያም ትንሽ ልጅ፤ ወጣት ልጅ፤ አዋቂ ሰው እና ያረጀ ሰው በመሆን ሲተላለፍ ቆይቶ ገላው ከጥቅም ውጪ ሲሆን ደግሞ ነፍስ ገላዋን ቀይራ ሌላ ገላ በመያዝ እንደገና ትወለዳለች:: በዚህም መንገድ ገላ ሁልጊዜ ይቀያየራል ማለት ነው:: ሞት ማለት ደግሞ የመጨረሻው ደረጃ እና የገላ መቀየር ማለት ነው::

ዬሂኖ ስሚን ያትህ ዬሄ ኮማራም ዮሻናም ጃራ
ታትህ ዬሁንታራ ፐራፕቲር ድሂራስ ታትራ ና ሙህያቲ

"በዚህ በቁሳዊ ገላችን ውስጥ የምትገኘው ነፍሳችን ከልጅነት ወደ ወጣትነት እና ወደ እርጅና ስትተላለፍ እንደምተገኝ ሁሉ ይህችው ነፍስ በሞት ጊዜ ወደ አዲስ ገላ ለመተላለፍ ትበቃለች:: የእርሱን ማንነትም በእውነት የተረዳ ሰው በዚህ የሞት ለውጥ ፈጽሞ አይደናገርም ወይም አይረበሽም::" (ብጊ: 2.13)
ምንም እንኳን ይህ ቁሳዊ ገላችን ሁልጊዜ በመቀያየር ላይ ቢገኝም በውስጥ የምትገኘው ነፍሳችን ፈጽሞ አትቀያየርም::

ልጅ ወደ አዋቂነት እድገት ቢያሳይም በቁሳዊው አካል ገላ ውስጥ የምትገኘው ነፍስ ግን ምንም ሳትቀየር ትገኛለች:: አዋቂነትም ደረጃ ላይ ስንደርስ በልጅነት የነበረችን ነፍስ ለቅቃ ሄዳለች ማለት አይደለም:: የሜዲካል ሳይንስ እንደሚያስረዳን የቁሳዊ አካላችን በየጊዜው በመቀያየር ላይ እንደሚገኝ አረጋግጧል:: በዚህም የገላ መለዋወጥ ነፍሳት ግር እንደማይላቸው ሁሉ ነፍስ ገላን ለቅቃ የሞት ደረጃ ላይ ስትደርስም በመንፈሳዊ እውቀት የዳበረ ሰው ሊደናገር አይችልም:: የዚህን ለውጥ በእውነቱ ለመረዳት ያልቻላ ሰው ግን በሞት ጊዜ በጣም ጥልቅ ሀዘን ውስጥ ሊገባ ይችላል:: በቁሳዊ ዓለም ውስጥ በመኖር ላይ እያለን ገላችንን ሁልጊዜ በመቀያየር ላይ እንገኛለን:: ዋናው በሽታችንም ይህ ሆኖ ይገኛል:: ይህም ማለት ሁልጊዜ የሰው ልጅ ቁሳዊ ገላ ይኖረናል ማለት አይደለም::

ወደ እንስሳ ገላ ወይም ወደ መላእክት ገላም ለመቀየር እንችል ይሆናል። ይህንን የሚወስነው ግን በምድር ላይ የምናደርጋቸው እንቅስቃሴዎች ናቸው። በፓድማ ፑራንም ይህ በትንተና ተገልጿል። ሽሪ ክርሽና ቃል እንደገባውም አንድ ሰው የክርሽናን መወለድ እና እንቅስቃሴዎችን በእውነቱ የተረዳ ከሆነ ከዚህ ከተደጋጋሚ ትውልድ እና ሞት ነፃ ይወጣል።

ይህንንስ የክርሽናን ትውልድ እና እንቅስቃሴ እንዴት በእውነቱ መረዳት እንችላለን? ይህም በብሀገቨድ ጊታ በአስራ ስምንተኛው ምዕራፍ ተገልጿል።

ብሀክትያማም አብሂጃናቲ ያቫን ያሽ ቻስሚ ታትቫታህ

ታቶ ማም ታትቫቶ ግያትቫ ቪሻቴ ታድ አናንታራም

"ዓብዬ የመንግስተ ሰማያትን ጌታ ለመረዳት የምንችለው በሙሉ ትሁት ልቦና በምናቀርበው አገልግሎት ነው። በዚህም ትሁት ልቦና በተመሰጠ አገልግሎት አንድ ሰው ወደ ዓብዬ አምላክ ቤተ መንግስት ሊገባ ይችላል።" (ብጊ: 18.55) በዚህም ጥቅስ ውስጥ: "ታትቫ" ወይም "በእውነት" ተብሎ የሚተረጎመው ቃል ተጨምሮ እናየዋለን። አንድ ሰው በእውነትም የክርሽናን ሳይንስ ሊረዳ የሚችለው ትሁት አገልጋይ በመሆን ነው። አንድ ሰው ትሁት አገልጋይ ካልሆነ እና የክርሽናን ንቃት ለማዳበር ጥረት የማያደርግ ከሆነ ክርሽናን በእውነቱ ለመረዳት ያዳግተዋል። በአራተኛው ምዕራፍ መጀመሪያ ላይ በሚገኙትም ጥቅሶች ላይ ክርሽና ለአርጁና እንዲህ ብሎ ይነግረዋል። (ብጊ: 4.3)

"ይህንን የጥንት የዮጋ ሳይንስ የማስተምርህ አንተ ትሁት አገልጋዬ እና ጓደኛዬ በመሆንህ ነው።" አንድ ሰው እንደ ሥነፅሁፍ ባለሞያ ብሀገቨድ ጊታን አንብቦ ለመረዳት ቢሞክር የብሀገቨድ ጊታ ሳይንስ ሚስጥር ሆኖ ያገነዋል። ብሀገቨድ ጊታ ከመጽሁፍ ቤት ተገዝቶ እና እንደ ሃሁርነት ተነቦ ሊረዱት የሚችሉት መፅሁፍ አይደለም። አርጁና ትልቅ ምሁር፤ ቬዳንቲስት፤ ፈላስፋ፤ ብራህማና ወይም መነኩሴ አልነበረም። አርጁና ባለትዳር እና ተዋጊ ወታደር ነበር። ምንም እንኳን በዚህ ደረጃ ላይ ቢገኝም ክርሽና እርሱን መርጦ ብሀገቨድ ጊታን የመሰለ ትምህርት በማስተማር ለዚህ እውቀት እና የድቁና ስርአት የመጀመሪያው ባለስልጣን እንዲሆን አደረገው። ለምን? "ምክንያቱም አንተ

የእኔ ትሁት አገልጋይ እና ትሁት ጓደኛዬ በመሆኑ ነው” ብሀገቨድ ጊታንም ለመረዳት እና ሽሪ ክርሽናን በእውነት ለመረዳት የሚያበቃን ስልት ይነው ብቻ ነው:: ይህም የክርሽናን ንቃት በማዳበር ይመሰረታል::

የክርሽና ንቃትስ ምንድን ነው? ይህም በህልውናችን መስታወት ውስጥ የሚገኘውን ዓለማዊ አቧራ የክርሽናን ቅዱስ ስም በመዘመር ማፅዳት ማለት ነው:: “ሀሬ ክርሽና ሀሬ ክርሽና ክርሽና ክርሽና ሀሬ ሀሬ ሀሬ ራማ ሀሬ ራማ ራማ ራማ ሀሬ ሀሬ” ይህንንም ማንትራ ወይም ቅዱስ ስም በመዘመር እና ብሀገቨድ ጊታን አንብቦ በመረዳት የክርሽና ንቃታችንን ለማዳበር እንችላለን:: ኢሾቫራ ሳርቫ ብሁታናም (ብጊ: 18 61)ክርሽና በልባችን ውስጥ ሁልጊዜ አለ:: ነፍሳችን እና የዓብዩ ጌታ ነፍስ እንደ ዛፍ በሚታየው ገላችን ውስጥ ተቀምጠው ይገኛሉ::

ነፍስ ወይም “ጄቫ” በዚህ ዛፍ ውስጥ የሚገኘውን ፍራፍሬ ስተበላ ትገኛለች:: የዓብዩ ጌታ ነፍስ ደግሞ “ፓራማትማ” የነፍስን እንቅስቃሴ በመታዘብ ላይ ይገኛል:: ነፍስም የክርሽናን ንቃት በማዳበር እና የትሁት ልቦናዊ መንፈሳዊ አገልግሎትም መስጠት ስትጀምር በልባችን ውስጥ የሚገኘው ዓብዩ አምላክ በሀሳባችን ውስጥ የሚገኘውን ዓለማዊ አቧራ እና ቆሻሻ ሊያፀዳልን ይችላል:: ክርሽና ለሁሉ መንፈሳውያን ጓደኛ ነው:: የክርሽናን ንቃትም ለማዳበር የምናደርገው ጥረት መንፈሳዊ ነው:: “ሽራሽናም ኪርታናም” (ሽብ: 7.5.23) በመዘመር እና በማዳመጥ አንድ ሰው የክርሽናን ሳይንስ ለመረዳት እና ክርሽናን በእውነት ለማወቅ ይችላል:: ክርሽናንም በእውነቱ ተረድቶ አንድ ሰው ከዚህ ዓለም በሞት ቢለይ ወደ መንፈሳዊው ወደ ክርሽና ቤተ መንግስት ለመጓዝ ይችላል:: ይህም የመንፈሳዊው ዓለም በብሀገቨድ ጊታ ውስጥ ተገልጿል::

ናታድ ብሀሳያቴ ሱርዮ ና ሻሻንኮ ና ፓቫካህ
ያድ ጋትቫ ና ኒቫርታንቴ ታድ ድህማ ፓራማም ማማ

“ይህም የእኔ መኖሪያ በፀሀይ በጨረቃ ወይም በኤሌክትሪክ ብርሀን ቦግ ብሎ የሚገኝ አይደለም:: ወደ እዚህም መኖሪያዬ የሚደርስ ሁሉ ተመልሶ ወደ እዚህ የመከራ ቁሳዊ ዓለም ፈፅሞ አይመጣም::” (ብጊ: 15.6)

ይህ ቁሳዊ ዓለም ሁልጊዜ ጨለማ ነው:: ስለዚህም የፀሀይ እና የጨረቃ ወይም የኤሌክትሪክ ድጋፍ እንፈልጋለን:: የቬዳ ስነፅሁፎችም የሚያስተምሩን

ከዚህ ከጨለለማው ዓለም ወጥተን ወደ ዘለዓላማዊው እና ቦግ ብሎ ወደሚገኘው መንፈሳዊ ዓለም እንድንመለስ ነው። ይህም የጨለማ ቃል ሁለት ዓይነት ትርጉም ይዞ ይገኛል። ብርሃን የጐደለበት ብቻ ማለት ሳይሆንም ድንቁርና የሚል ትርጉምም ይዞ ይገኛል። ዓብዮ አምላክ የተለያዩ ሀይሎችን ይዞ ይገኛል። ወደዚህም ቁሳዊ ዓለም የመምጣት ግዳጅ የለውም። በቬዳም ውስጥ እንደተገለፀው ዓብዮ ጌታ የስራ ግዳጅ የለውም። በብህገቨድ ጊታም ሽሪ ክርሽና እንዲህ ብሎ ገልጾልናል።

ናሜ ፓርታስትህ ካርታሽያም ትሪሹ ሎኬሹ ኪንችና
ናናሻፕታም አሻፕታሽያም ቫርታ ኤቫ ቻ ካርማኒ

"ኦ የፓርትህ ልጅ ሆይ በእነዚህ በሶስቱ ዓይነት የፕላኔቶች ዓለም ውስጥ ለእኔ ምንም ዓይነት የተመደብ ስራ የለም። ወይም እኔ የሚያስፈልገኝ ነገር ወይም ለማግኘት የምፈልገው ነገር የለም። ቢሆንም ግን በዚህ ዓለም ላይ እየመጣሁ በመስራት ላይ እገኛለሁ።" (ብጊ: 3.22)

ስለዚህ ሽሪ ክርሽና ወደእዚህ ዓለም የመምጣት እና እንቅስቃሴዎች ውስጥ መሳተፍ ይገባዋል ብለን ማሰብ አይገባንም። ማንም ሰው ከሽሪ ክርሽና ጋር እኩል ወይም የላቀ ሊሆን አይችልም። ሽሪ ክርሽና በተፈጥሮው ሙሉ የሆነ እውቀት አለው። እውቀትንም ለማግኘት እንደእኛ ጥረት ማድረግ አያስፈልገውም። በማናቸውም ጊዜ ሙሉ እውቀት ይዞ የሚገኝ ነው። ብህገቨድ ጊታንም ለአርጁና ለማስተማር በቅቷል። ቢሆንም ግን ክርሽና ከማንም መምህር ብህገቨድ ጊታን አልተማረም። የዚህንም የክርሽናን ፍጥረት በእውነቱ እና በትክክል የተረዳ ሰው እዚህ ዓለም ወደሚገኘው የመወለድ እና የመሞት ፔዳል ውስጥ ተመልሶ አይመጣም። በዓለማዊ እና ሀስታዊ እስተሳሰብ ውስጥ ሆነን በዚህ ዓለም ላይ የተለያዩ የሚመጡ ነገሮችን ለመፍጠር በመሞከር ሕይወታችንን እናባክናለን። ነገር ግን ይህ የሰው ልጅ ሕይወት ዓላማ አይደለም። የሰው ልጅ ሕይወት ዓላማ የክርሽናን ሳይንስ ለመረዳት መቻልን ነው።

በዚህ ቁሳዊ ዓለም የሚገኙት ምኞታችን የሚከተሉትን ለማሟላት ነው። የመመገብ ችግራችንን ለመወጣት፣ የወሲብ እርካታ፣ የመተኛትን ምኞት፣

እራሳችንን የመከላከል እና የስሜታዊ ደስታችንን ለማርካት መጣር ነው:: እነዚህ ስሜቶች ደግሞ በእንስሶች እና በሰው ልጆች ሁሉ የሚገኙ ናቸው:: አንስሶችም እነዚህን ፍላጎቶቻቸውን ለማርካት ሲራራጡ ይታያሉ:: እኛም ታድያ እንደ እንስሶቹ በእነዚህ እንቅስቃሴዎች ብቻ ከተሰማራን ከእንስሶች ልዩ የሚያደርገን ምን ሆኖ ይገኛል? የሰው ልጅ ከእንስሳ ልዩ የሚያደርገው መንፈሳዊ እና የክርሽናን ንቃት ለማዳበር አቅም እና ችሎታው ነው:: በዚህ ዓይነቱ እንቅስቃሴ ተሰማርቶ የማይገኝ ከሆነ ግን እንቅስቃሴዎቹ ሁሉ ከእንስሳዎቹ የተሻሉ አይሆኑም::

የሰው ልጅ የኑሮ ድክመት ትኩረቱን ሁሉ ወደተፈጥሮ ዓለማዊ ግዳጆቹ ብቻ ማተኮሩ ነው:: መንፈሳዊ ነፍስ እንደመሆናችንም ያለን የኑሮ ግዳጅ ከዚህ ከተወሳሰበ መወለድ እና መሞት እራሳችንን ነፃ ማድረግ ነው:: ስለዚህም ሰው ሆኖ የመፈጠር እድላችንን ማባከን አይገባንም:: ሺሪ ክርሽና እራሱ ወደዚህ ምድር ላይ መጥቶ ይህንን ብህገሽድ ጊታን በማስተማር የአብዮን ጌታን ንቃት እንዴት እንደምናዳብር መንገዱን አሳይቶናል:: ይህም የቁሳዊ ዓለም የተፈጠረልን ይህንኑን ትምህርት ለማዳበር እንድንጠቀምበት ነው:: ይህንንም የሰው ልጅ ፍጥረት ዕድል አግኘተን የክርሽናን ንቃት ለማዳበር የማንጠቀምበት ከሆነ ይህንን የማይገኝ ዕድል አባከነው ማለት ነው:: የመንፈሳዊ ንቃታችንንም የማዳበር ስርዓቱ በጣም ቀላል ነው:: "ሽራቫናም ኪርታናም" (ሽብ፡5 23) መስማት እና መዘመር:: በጥሞና ከማዳመጥ እና ከመዘመር ሌላ የተለየ ስራ መስራትም አያስፈልግም:: በዚህም ስርአት ሙሉ የክሽና ንቃት ሊገኝ ይችላል:: ክርሽናም በልባችን ውስጥ ተቀምጦ ሰለሚገኝ በቀላሉ ሊረዳን ይችላል:: ከእኛም የሚጠበቀው ይህንን ሙከራ ማድረግ እና የተቻለውን ያህል ጊዜ ማቅረብ ብቻ ነው::

ምን ዓይነት እርምጃ እየተራመድን እንደሆነ የሚያስረዳን ሰው የግድ ሊኖረን አያስፈልግም:: እኛው እራሳችን የመንፈሳዊ እርምጃ ማድረጋችንን ለማወቅ እንችላለን:: ልክ እንደ ተራብ ሰው ሙሉ ምግብ መብላቱን በመርካት እንደሚታወቀውም ሁሉ ነው::

በመሰረቱ ይህ የክርሽና ንቃት ወይም እራስን የማወቅ ጥናት ስርአት በጣም አስቸጋሪ አይደለም:: ክርሽና ለአርጁና ብህገሽድ ጊታን አስተማረው:: እኛም

ከቡር አ. ቻ. ብህክቲቬዳንታ ስዋሚ ፕራብሁፓድ

የዓለም አቀፍ የክርሽና ንቃተ ማህበር መስራች አቻርያ

በረሀብ የሚጠቁ፡ መጠለያ የሌላቸው፡ ትዳር የሌላቸው ወይም ከተፈጥሮ ጥቃት ከለላ የሌላቸው ብዙሀን የሕብረተሰብ አካሎች ይገኛሉ። ይህም "ካሊ ዩጋ" ተብሎ የሚታወቀው የጥል እና የብጥብጥ ዘመን ጫና ነው። ስለዚህም ጌታ ቼይታንያ ይህን የሚያስቀይም ዘመን በማየቱ መንፈሳዊ ንቃታችንን በታታሪት እንድንቀስቅስ አጥብቆ መከሮናል። አንዴትስ ይህንን ማድረግ እንችላለን? ቼይታንያ መሀፐራብሁም ለዚሁ ቀመሩን ወይም ፎርሙላውን ሰጥቶናል። ይህም የዓብዩ ጌታን ቅዱስ ስም በትሁት ልቦና በመዘመር ነው። "ሀሬ ክርሽና ሀሬ ክርሽና ክርሽና ክርሽና ሀሬ ሀሬ፡ ሀሬ ራማ ሀሬ ራማ ራማ ራማ ሀሬ ሀሬ" (ገፅ 67)

በመሰረቱ የዚህ የክርሽና ንቃት ወይም እራስን የማወቅ ጥናት ስርአት በጣም አስቸጋሪ አይደለም፡፡ ክርሽና (በግራ የሚታየው) ለአርጁና (በቀኝ የሚታየው) ብህገቨድ ጊታን አስተማረው፡፡ እኛም ልክ እንደ አርጁና ብህገቨድ ጊታን ለመረዳት ብንበቃ ፍጹም ወደ ሆነው ደረጃ ለመድረስ ምንም አያዳግተንም፡፡ (ገፅ 26)

ቫሱዴቫ የሽሪ ክርሽና ስም ነው፡፡ ቫሱዴቫ ማለት "በሁሉም ቦታ የሚኖር" ማለት ነው፡፡ መላ ልቦናችንንም ልንሰጥበት የሚገባው ዋናው ስሩ ቫሱዴቫ መሆኑን መረዳት ይገባናል፡፡ ይህንንም ሙሉ ልቦና መስጠት የምንችለው ዓብዩ ጌታ ታላቅ መሆኑን እና እኛም ትሁት አገልጋይ መሆናችንን ስንረዳ ነው፡፡ (ገፅ 73)

አንድ ሰው በክርሽና ንቃት ላይ የተሰማራ ከሆነ፣ እነዚህን እንዳልተለጉeሙ ፈረስ የሚጋልቡትን ዓlaማዊ ምኞቶቹን ሁሉ በዋላሉ ለመግራት ይችላል። በዚህም ጊዜያዊ ቁሳዊ ዓለም ውስጥ ከንቱ በሆነ ደስታ ላይ ከመሰማራት ሀሳባችን እንዳይነተት ይረዳናል። (ገፅ 10)

ይህ ቁሳዊ ዓለም ሁልጊዜ ጨለማ ነው። ስለዚህም የፀሀይ እና የጨረቃ ወይም የኤሌክትሪክ ድጋፍ ያስፈልገናል። የቬዳ ስነፅሁፎችም የሚያስተምሩን ከዚህ ከጨለማው ዓለም ወጥተን ወደ ዘለዓላማዊው እና ብርሀን ወደተሞላበት መንፈሳዊ ዓለም እንድንመለስ ነው። ይህም የ"ጨለማ" ቃል ሁለት ዓይነት ትርጉም ይዞ ይገኛል። ብርሀን የጐደለበት ብቻ ማለት ሳይሆንም ድንቁርና የሚልም ትርጉም ይዞ ይገኛል። (ገፅ 25)

ዓብዩ የመላእክት ጌታ በከፊል ወገኑ በአያንዳንዳችን ልብ ውስጥ ተቀምጦ ይገኛል። ትኩረት በሞላበት ፀሎትም በልባችን የሚገኘውን የጌታን አካል ለመረዳት እንችላለን። ዓብዩ ጌታ በሁሉም ፍጥረታት ልብ ብቻ ሳይሆን በዚህ ቁሳዊ ዓለም ውስጥ በሚገኙ በአያንዳንዱ አቶም ውስጥም ተቀምጦ ይገኛል። (ገፅ 71)

እውቀት እውቀት እያልንም የአቶሚክ ቦንብን ለመፍጠር በቅተናል። ይህም አንደ ታላቅ የእውቀት እርምጃ ታይቶ በከፍተኛ ኩራት ላይ እንገኛለን። በዚህም እውቀታችን ከፍተኛ ቁጥር ያላቸውን ፍጥረታትን በአጭር ጊዜ ውስጥ ለማውደም የመቻል ሀይልን አግኝተናል። ትክክለኛ እውቀት አገኘን ለማለት የምንችለው ግን ሞትን ከማምጣት ይልቅ ወደ ፈጣሪ በመመለስ ሞትን ስናቆም ነው። (ገፅ 55)

ልክ እንደ አርጁና ብሀገሽድ ጊታን ለመረዳት ብንበቃ ፍጹም ወደ ሆነው ደረጃ ለመድረስ ምንም አያዳግተንም:: ነገር ግን ብሀገሽድ ጊታን በራሳችን ተራ አስተሳሰብ ዓይተነው መልእክቱን ለመተርጎም ብንሞክር መላው መልእክት የተበላሸ እና ልንረዳው የማንችል ይሆንብናል::

ከዚህም በፊት እንደተገለፀው ይህ የሆሬ ክርሽናን ቅዱስ ስም የመዝሙር ስርዓት የተበከለውን የአንደበት መስታወት ሊያፀዳ ይችላል:: የክርሽና ንቃትን ለማግዳበር ከዚህ ውጪ የሚያስፈልግ ነገርም የለም:: ምክንያቱም የክርሽና ንቃት በውስጣችን ተሸፍኖ ስለሚገኝ ነው:: ይህም ንቃት ነፍስ በተፈጥሮ ያላት ነው:: የሚያስፈልገውም ይህንን የተሸፈነ ንቃት በክርሽና የንቃት ስርአት መቀስቀስ ብቻ ነው:: የክርሽና ንቃት ስርአት ዘለዓለማዊ እና ፍጹም እውነትን የያዘ ነው:: በድርጅቶችም ውስጥ የተፈለሰፈ እምነት ወይም ስርዓት አይደለም:: ይህም ንቃት በሰው ልጅ ብቻ ሳይሆን በእንስሶችም ውስጥ ሁሉ የሚገኝ ነው:: ጌታ ቼታንያ በደቡብ ህንድ ጫካ ውስጥ በተዘዋወረም ጊዜ የሆሬ ክርሽናን ቅዱስ ስም ላገኛቸው አውሬዎች ሁሉ በመዝሙር ላይ ይገኝ ነበር:: ነብሮች፤ ዝሆኖችም እና አጋዘኖችም ሁሉ በዚህ ቅዱስ ስም ተመስጠው ይገኙ ነበር:: በእርግጥም ይህንን ለማድረግ እንደ ጌታ ቼታንያ ንጹህ ልብ እና ንፁህ ዝማሬ ያስፈልጋል:: እኛም ይህንን ቅዱስ ስም በመዝሙር ስንቀጥል እንደባታችን ንፁህ የሚሆንበት ደረጃ ላይ እንደሚገኝ የተረጋገጠ ይሆናል::

3 ክርሽናን በሁሉ ቦታ እና ሁልጊዜ ማየት

በህይወታችን ተግባራዊ ኑሮ ውስጥ እያለን ክርሽና መንፈሳዊ ንቃታችንን እንዴት ለመቀስቀስ እንደምንችል ሲመራን ይገኛል። ይህንንም ንቃት ለማዳበር ሀላፊነታችንን ወይም ስራችንን መስራት ማቆም ማለት ሳይሆን የምንሰራውን ስራ ሁሉ ከክርሽና ንቃታችን ጋር አዛምደን መስራት ይገባናል ማለት ነው። እያንዳዳችን በተለያዩ ሙያዎች ላይ ተሰማርተን እንገኛለን። ነገር ግን በስራ የተሰማራነው ምን ዓይነት መንፈስ ይዘን ነው? ሁሉም የሚያስበው እንዲህ እያለ ነው። "ቤተሰቤን ለማስተዳደር እንድችል ሙያ መያዝ ይገባኛል።" በእርግጥ ሕብረተሰብ፡ መንግስትንም ሆነ ቤተሰብን ለማስደሰት መጣር ይኖርብናል።

ማናችንም ብንሆን ከዚህ ዓይነቱ ሀላፊነት ለመራቅ አንችልም። ቢሆንም ግን አንድ ሰው ሀላፊነቱን በትክክል ለመወጣት የሚችልበትን ንቃት ወይም አንደበት እንዲኖረው ያስፈልጋል። ረጋ ያላ አንደበት ያለው ሰው እንደ እብድ በመሯሯጥ ሀላፊነቱን በትክክል ሊወጣ አይችልም። ስለዚህም ሀላፊነታችንን በትክክል ለመወጣት ትክክለኛው ንቃት እንዲኖረን ያስፈልጋል። ይህንንም ትክክለኛ ሀላፊነት ለመወጣት የሚያስችለን ንቃት ዓለማዊ አንደበታችንን ለውጠን ክርሽናን ለማስደሰት ስንጥር ነው። የተመደበልንም የስራ ሀላፊነት መቀየር አለብን ማለት አይደለም። ነገር ግን ለማን እንደምንሰራ እና ማንን ለማስደሰት መጣር እንዳለብን መገንዘብ ይኖርብናል። የተመደበልንን መደበኛ ስራ ማቋረጥ አይገባንም። ቢሆንም ግን በካማ ወይም በጋላ የግል ስሜታዊ ፍላጎት ለማርካት የተመሰረተ ስራ መሆን አይገባውም።

ይህ በሳንስክሪት ቋንቁ የተገለፀው ቃል "ካማ" ማለት የጋለ የግል ስሜታዊ

ፍላጎት ማለት ነው። ሽሪ ክርሸናም እንደገለፀልን የምንሰራው ስራ ሁሉ በካማ ወይም በግል የጋለ ፍላጎት የተመሰረተ መሆን አይገባውም። የብሀገሽድ ጊታም ትምህርት የተመሰረተው በዚሁ መመሪያ ነው።

ለምሳሌ አርጁና በጦር ሜዳ ላይ ለውጊያ ቀርቦ እያለ ከዘመዶቹ ጋር ላለመዋጋት እና የግል ስሜቱን ለማርካት ከውጊያ አሻፈረኝ ለማለት ተዘጋጅቶ ነበር። ቢሆንም ግን ሽሪ ክርሸና የአብዩ የመንግስተ ሰማያትን ጌታ ፍላጎት ለማሟላት የተሰጠውን የጦርነት ሀላፊነት መወጣት እንደሚገባው አስገንዝቦት ነበር። በዓለማዊ መንገድ ስናየው ዘመዶቹን በመዋጋት መንግስትን ለመውረስ ፍላጎት እንደሌለው መግለጹ የሚያስከብር አቋም ይመስላል።

ነገር ግን ሽሪ ክርሸና ይህንን አቋም አልደገፈለትም። ምክንያቱም የጦርነቱን ዓላማ ይዞ ግብ ለመምታት ሳይሆን የግል ጥቅሙን ለማሟላት በመነሳቱ ነው። እንደዚሁም ሁሉ ልክ የአርጁና ጠረኝነት ክርሸናን ለማስደሰት እንደተቀየረም ሁሉ አንድ ሰው የሚሰራውን ስራ ማቆም አያስፈልገውም። መቀየር የሚያስፈልገው ግን ሁሌ የራሳችንን ስሜት ለማርካት ጥረት ከማድረግ ይልቅ የአብዩን የመላእክት ጌታ ፍላጎት ማርካትን ነው። ይህንንም ህልውናችንን ለመቀየር መንፈሳዊ እውቀት ያስፈልገናል። ይህም እውቀት ሁላችን የዓብዩ የመላእክት ጌታ ሀይል ቅንጣፈ አካላት መሆናችንን መገንዘብ ነው። ይህም ትክክለኛ ፍጹም የሆነ እውቀት ነው። ፍጹም ያልሆነ እውቀት ማሽንን እንዴት መጠገን እንደምንችል ያስተምረን ይሆናል። ፍጹም የሆነው እውቀት ግን የእኛ ፍጥረት ለዘለዓለም ከዓብዩ የጌታ ሽሪ ክርሸና ጋር ተነጥሎ ሊታይ እንደማይችል ማወቅ ነው። የእርሱም ቅንጣፈ አካል በመሆናችን የእኛ የጎደለው ደስታ ሊሟላ የሚችለው ሙሉ የሆነው የዓብዩ ጌታ ፍቅር ሲጨመርበት ነው። ለምሳሌ የእኔ እጅ ሊደስት የሚችለው ከገላዬ ጋር እስከተያያዘ እና ገላዬን እስካገለገለ ድረስ ነው። አጅ ሌላ ሰውን ብቻ በማገልገል ገላዬን ለማስደሰት አይችልም። እኛም የዓብዩ ጌታ ቅንጣፈ አካል በመሆናችን የእኛም ደስታ ሊመነጭ የሚችለው ዓብዩ ጌታን በማገልገል ነው። "አንተን በማገልገል ብቻ ደስታን አላገኝም" በማለት ሁሉም ሰው ሊያስብ ይችላል። "እኔ ልደስት የምችለው እራሴን ብቻ በማገለገል ነው። "ነገር ግን ይህ እኔ ራሴ የምንለው ማንን ነው? ይህም እኔ ራሴ የምንለው ነፍስን ወይም የክርሸናን ቅንጣፈ አካልን ነው።

ማማይሻምሶ ጃጋ ሎኬ ጃጋ ብሁታ ሳናታንህ
ማናህ ሻሽትህኒንድሪያኒ ፕራክርቲ ስትሃኒ ካርሳቲ

"በዚህ ውስን ዓለም የሚገኙት ነዋሪ ነፍሳት ሁሉ የእኔ ቅንጣፊ አካላት ናቸው።
እነዚህም ነፍሳት በዚህ በውስን ቁሳዊ ዓለም ውስጥ ህሳብን ከሚጨምረው
ከስድስቱ ዓይነት ስሜቶች ጋር ብዙ ትግል ሲያደርጉ ይገኛሉ።" (ብጊ: 15.7)

እነዚህም ጃጋዎች ወይም ነፍሳት በቁሳዊው ዓለም ግኑኝነት ምክንያት
ከሙሉው የዓብዬ ጌታ አካል ተነጠለው ይኖራሉ።ስለዚህም እራሳችንን
መልሰን ከሙሉው የዓብዬ አካል ጋር ለማገናኘት በውስጣችን ያለውን የክርሽና
ንቃታችንን በማዳበር ትጉህ ጥረት ማድረግ ይገባናል። ሰው ሰራሽ በሆነ
መንገድ አብዬን ሽሪ ክርሽናን ረስተን እና ተነጥለን ለመኖር ጥረት በማድረግ
ላይ እንገኛለን። ይህም የማያዛልቅ ነው። ከዓብዬ ሽሪ ክርሽና ተነጥለን ለመኖር
ስንሞክር በቁሳዊው ዓለም ህይል ቁጥጥር እና ሕግ ስር እንውላለን። አንድ ሰው
ከሽሪ ክርሽና ተነጥሎ የሚያስብ ከሆነ የሁስት ራዕይ በተሞላበት የሽሪ ክርሽና
የቁሳዊው ዓለም ህይል ቁጥጥር ስር ይውላል። ይህም የሚመሰለው ልክ አንድ
ሰው ከመንግስት ህግጋት ውጪ ተነጥሎ የሚያስብ ከሆነ በመንግስት የፖሊስ
ህይል ቁጥጥር ስር እንደሚውለው ነው። በዚህ ዓለም የሚገኙ ነፍሳት ሁሉ
ተነጥለው ለመኖር ጥረት ሲያደርጉ ይታያሉ። ይህም "ማያ" ወይም የሁስት ራዕይ
ይባላል። በግል፣ በአንድነት፣ በህብረተሰብም ሆነ በብሄርም ወይም በአጠቃላይ
በዚህ ትእይንት ዓለም ውስጥ ከዓብዬ ሽሪ ክርሽና ተነጥሎ ለመኖር አያዛልቅም።
በዓብዬ ሽሪ ክርሽና መመካት እና ጠለላ ማድረግ እንዳለብን ስንረዳ እውቀት
ያዘን ማለት ነው። በአሁኑ ጊዜ በዓለም ላይ ብዙ ሰዎች ሰላምን ለማግኘት ብዙ
ጥረት ሲያደርጉ ይገኛሉ። ቢሆንም ግን ይህንን የሰላም ቀመር ወይም ፎርሙላ
እንዴት እንደሚጨምሩበት እውቀቱ የላቸውም። የተባበሩት መንግስታትም
ይህንን ሰላም በምድር ለመፍጠር ብዙ ጥረት በማድረግ ላይ ይገኛሉ። ቢሆንም
ግን ብዙ ጦርነት ሲካሄድ እናያለን።

ያክ ቻፒ ሳርቫ ቡታናም ብጃም ታድ አህም አርጁና
ና ታድአስቲ ቪና ያት ስያን ማያ ብሁታም ቻራቻራም

"በተጨማሪም: አርጁና ሆይ: እኔ የፍጥረታት ዘሮች ሁሉ ዋና መነሻ ነኝ:: ምንም ዓይነት ተንቀሳቃሽም ሆነ የማይንቀሳቀሱ ፍጥረታት ከእኔ ውጪ ለመኖር አይችሉም::" (ብጊ: 10.39)

ዓብዩ ሽሪ ክርሽና የመላ ትእይንተ ዓለም ባለቤት ከሁሉም በላይ ተመጋቢ እና የውጤቶች ሁሉ ተቀባይ ነው:: እኛም የድካማችን ሁሉ ተመጋቢያዎች ነን ብለን እናስብ ይሆናል:: ይህም የተሳሳተ አስተሳሰብ ነው:: መገንዘብ የሚገባንም ነገር ቢኖር ክርሽና የሁሉ ነገር ባለቤት በመሆኑ በድካማችን ውጤት ተደሳች መሆን የሚገባው እርሱ ብቻ መሆኑ ነው::

በብዙ መቶ የሚቆጠሩ ሰዎች በቢሮ ውስጥ ሲሰሩ ይገኙ ይሆናል:: የመስሪያ ቤቱም የንግድ ትርፍ ወደ ባለቤቱ እንደሚሄድ እና ለባለቤቱ እንደሚገባ ሰራተኞቹ ሁሉ የተገነዘቡ ናቸው:: ቢሆንም ግን በባንክ ውስጥ ለምሳሌ ገንዘብ ተቀባይዋ "ብዙ ገንዘብ በእጄ አለ ሀላፈውም እኔው ነኝ" በማለት ገንዘቡን ወደ ቤትዋ ብተወስደው ችግር እንደሚመጣባት የተረጋገጠ ነው:: እንደዚሁም ሁሉ የሰበሰብነውን ገንዘብ ሁሉ ለእራሳችን የስሜት እርካታ እንጠቀምበታለን ብለን የምናስብ ከሆነ በግል ጥቅም የተነሳሳ የጋለ ፍላጎት ወይም ካማ የተመሰረተበት እንደሆን ይታወቃል:: ነገር ግን በእኛ ቁጥጥር ስር ያለው ነገር ሁሉ የክርሽና ሀብት እንደሆን የምንረዳ ከሆነ ነፍሳችን ነፃ የወጣች ናት ማለት ነው:: ይህንንም ሀብት በእጃችን ይዘን እኛው እራሳችን የዚህ ሀብት ባለቤት ነን ብለን የምናስብ ከሆነ እኛ በማያ ወይም በፈጣሪ የቁሳዊ ዓለም ቁጥጥር ስር እንደሆንን መገንዘብ ይኖርብናል:: አዋቂ ወይም ትክክለኛ ምሁር ሰው የሚባለው በዓለም ላይ የሚገኙት ፍጥረታት ሁሉ የዓብዩ የመንግስተ ሰማያት ጌታ ሽሪ ክርሽና መሆናቸውን የተረዳ ከሆነ ነው::

ኢሻቫስያም ኢዳም ሳርቫም ያት ኪንቻ ጃጋትያም ጃጋት
ቴና ትያክቴና ብሁንጄትህ ማ ግርድህህ ካስያ ስቪድ ድህናም

"በዚህ ትእይንተ ዓለም ውስጥ ለሚገኙት ተንቀሻቃሽም ሆኑ የማይንቀሳቀሱ ነገሮች ሁሉ ባለቤታቸው እና ተቆጣጣሪያቸው ዓብዩ የመላእክት ጌታ ነው:: ስለዚህም አንድ ሰው በዚህ ዓለም ላይ መቀበል ያለበት ለእራሱ የሚበቃውን፤

የሚያሰፈልገውን እና የተመደበለትን ብቻ ሲሆን አልፎ ተርፎ የሁሉም ሀብት ባለቤት ማን እንደሆነ በመረዳት ተጨማሪ ነገሮችን መውሰድ አይገባውም::" (ኢሾ: ማንትራ 1)

"ኢሻቫሽያ" ወይም የሁሉም ነገር ባለቤት ዓብዮ ሽሪ ክርሽና መሆኑን መገንዘብ ያለብን እራሳችን ብቻ ሳንሆን ጠቅላላ በአገር እና በዓለም ደረጃ የሚገኙት የሕብረተሰብ ክፍሎች ሁሉ ናቸው:: በዚህም ዓይነት የዓለም አቀፍ ንቃት በምድር ላይ ሙሉ ሰላም መፍጠር ይቻላል:: በተፈጥሮዋችን ብዙውን ጊዜ በጉ አድራጎት ማድረግ እናዘወትራለን:: ከአገራችን፣ ከሕብረተሰብም፣ ከቤተሰቦችን ወይም በዓለም ከሚገኙት የሕብረተሰብ ክፍሎች ጋርም ጏደኛነትን ለመፍጠር እንጣጣራለን:: ነገር ግን ይህ ጏደኛነት የተመሰረተው ከቁሳዊ ዓለም ጋር በተያያዘ እና በተሳሳተ እንደበት ነው:: ትክክለኛው እና ፍጹም የሆነው ጏደኛ ዓብዮ ጌታ ሽሪ ክርሽና ነው:: ጏደኞቻችንም ወይም የአገራችንን ሕብረተሰብ ወይም ጠቅላላ ምድርን ለመርዳት ከፈለግን እርሱን ማገልገል ይገባናል:: የቤተሰቦቻችንንም ደህንነት የምንሻ ከሆነ የሽሪ ክርሽና ንቃታትቸውን ለማግዳበር እንዲበቁ ልንረዳቸው ይገባል:: በዚህ ዓለም ላይ ብዙ ሰዎች ቤተሰቦቻቸውን ለመርዳት ብዙ ጥረት ሲያደርጉ እናያቸዋለን:: ነገር ግን ብዙውን ጊዜ ፍጹም ውጤታማ ሆኖ አያገኙትም:: ችግሩ ምን እንደሆነም ለመረዳት ያዳግታቸዋል:: በቅዱሱ ሽሪማድ ብሀገቨታም ስነጽሁፍ ውስጥም እንደተጠቀሰው "አንድ ሰው ልጆቹን ወይም ተማሪዎቹን ከዚህ ዓለም ተደጋጋሚ ሞት እና ከቁሳዊው ዓለም ሰንሰለት የማያላቅቅ ከሆነ አባት፣ እናት ወይም መምህር መሆን አይገባውም::"

አባት በጌታ ክርሽና መንፈሳዊ ንቃት የዳበረ መሆን ይገባዋል:: በተጨማሪም በእርሱ የሚተዳደሩት ገር የሆኑት ልጆቹ ሁሉ ከዚህ ከቁሳዊው ዓለም ተደጋጋሚ መወለድ እና መሞት ነፃ መሆን እንደሚገባቸው በማወቅ በጥብቅ ውሳኔ ልጆቹን ነፃ ለማውጣት ጥረት ማድረግ ይገባዋል:: በዚህም ውሳኔ ፀንቶ ልጆቹ ከዚህ ስቃይ ከተሞላበት የቁሳዊ ዓለም ትውልድ እና ሞት ነፃ እንዲሆኑ ማስተማር እና ማሳደግ ይገባዋል:: ይህንንም ከማድረጉ በፊት ግን እራሱን በዚህ ንቃት ያዳበረ ባለሙያ ማድረግ አለበት::

በዚህም በክርሽና ንቃት እራሱን በደንብ ካዳበረ ልጆቹን ብቻ ሳይሆን የአገሩንም ሕብረተሰብ እና የዓለምን ሕብረተሰብ ሁሉ ሊያነቃ ይችላል:: ነገር ግን

እርሱ ራሱ በድንቁርና የተመሰጠ ከሆነ እንዴት አድርጎ ሌሎች በዚሁ ድንቁርና የተመሰጡትን የሕብረተሰብ ክፍሎች ሊያነቃ ይችላል? አንድ ሰው ሌሎችን ነፃ ለማውጣት የሚችለው በመጀመሪያ ደረጃ እራሱን ነፃ ማውጣት ሲችል ነው፡፡ ነገር ግን ሁሉም ሰው በቁሳዊው ዓለም የህስት ራዕይ ቀጥጥር ስር ስለሚገኝ ነፃ የሆነ ሰው በምድር ላይ ለማግኘት ያዳግታል፡፡ ቢሆንም ግን በክርሽና ንቃት የዳበረ ሰው በማያ ወይም በቁሳዊ ዓለም የህስት ራዕይ ሊጠቃ አይችልም፡፡ እርሱም ከሁሉም ሰዎች በላይ ነፃ ሆኖ ይገኛል፡፡ አንድ ሰው በፀሀይ ስር የተቀመጠ ከሆነ ጨለማ የሚባል ነገር በአጠገቡ ሊኖር አይችልም፡፡ ነገር ግን በሰው ሰራሽ መብራት ስር ተቀምጦ ከሆነ በድንገት ይህ ብርሀን ሊሰወር ይችላል፡፡ ዓብዩ ጌታ ሽሪ ክርሽና ልክ እንደ ፀሀይ ይቆጠራል፡፡ ሽሪ ክርሽናም በሚገኝበት ስፍራ ሁሉ ጨለማ እና ድንቁርና ሊኖር አይችልም፡፡ ታላላቅ አዋቂ እና መንፈሳዊ ምሁራን ሁሉ ይህንን በጠራ መንገድ ተገንዝበውት ሲመሰክሩ ይገኛሉ፡፡

አሀም ሳርቫስያ ፐራብሀቮ ማታህ ሳርቫም ፐራቫርታቴ
ኢቲ ማትቫ ብህጃንቴ ማም ቡድህ ብሀቫ ሳማንቪታህ

"እኔ የመላ መንፈሳዊ እና የቁሳዊው ዓለም መነሻ ነኝ፡፡ ሁሉም ነገር የሚመነጨው ከእኔ ነው፡፡ ይህንንም በደንብ የተገነዘበው አዋቂ ሰው ከልብ የመነጨውን ትሁት አገልግሎት እና አምልኮት ሲያቀርብልኝ ይገኛል፡፡" (ብጊ: 10.8)

በዚህም ጥቅስ ላይ "ቡድህ" የተባለው ቃል ተጨምሮ እናየዋለን፡፡ ይህም የሚያመለክተው አዋቂ ወይም ታላቅ ምሁርን ነው፡፡ የዚህስ ምሁር አንደበት ምንድን ነው? እርሱም ሽሪ ክርሽና የሁሉም መሰረታዊ ምንጭ እና ሁሉም ነገር ከእርሱ እንደሚፈልቅ በጥራት የተረዳ ሰው ነው፡፡ በዚህ ዓለም የሚያየው ነገር ሁሉ ከዓብዩ ሽሪ ክርሽና የመነጨ መሆኑን በጥራት የተገነዘበ ሆኖ እናገኘዋለን፡፡

በዚህ ዓለም ላይ የሚገኘው ዋናው የደስታ ምንጭ በወሲብ ግኑኝነት የተመሰረተ ሆኖ እናገኘዋለን፡፡ ይህም የወሲብ ፍላጎት በሁሉም ፍጥረታት እንደምናገኘውም ሁሉ አንድ ሰው ይህ ከወዴት እንደሚመነጭ ለመረዳት ይሻ ይሆናል፡፡ አዋቂ የሆነው ሰው ይህ የፍቅር ፍላጎት በንጹህ መንፈስ በክርሽና እንደሚገኝ ይገነዘባል፡፡ ይህንንም ንጹህ የሆነ የመንፈሳዊ ፍቅር ግኑኝነት ክርሽና

በሹራጃ ይገኙ ከነበሩት ልጃገረዶች ጋር በነበረው ንጹህ የፍቅር ግኑኝነት ለመረዳት እንችላለን፡፡ በዚህ ዓለም ላይ የምናያቸው ነገሮች ሁሉ በክርሽና እና በመንፈሳዊው ዓለም በንጹህና የጠራ ደረጃ እናገኛቸዋለን፡፡ ልዩነታቸውም በዚህ ቁሳዊ ዓለም ላይ የምናገኛቸው ነገሮች በሙሉ ከመንፈሳዊው ዓለም የተገላቢጦሽ ሆነው መገኘታቸው ነው፡፡ በክርሽና ውስጥም እነዚህ ባህሪያቶች ሁሉ በንጽህና መንገድ እና በጠራ መንፈስ እናገኛቸዋለን፡፡ ይህንንም በጠራ መንገድ እና በሙሉ እውቀት የተረዳ ሰው ንጹህ የክርሽና አገልጋይ ሊሆን ይችላል፡፡

ማህትማናስ ቱ ማም ፓርትሀ ዳይቪም ፕራክርቲም አሽሪታሀ
ብሀጃንቲ አናንያ ማናሶ ግያትሻ ብሁታዲም አብያያም

ሳታታም ኪርታያንቶ ማም ያታንታሽ ቻ ድርድህ ቭራታሀ
ናማስያንታሽ ቻ ማም ብሀክትያ ኒትያ ዩክታ ኡፓሳቴ

"ኦ የፕርትሀ ልጅ ሆይ በዚህ ዓለም ያልተታለሉት እና የበለጠጉት አዋቂ ነፍሳት ሁሉ በመንፈሳዊው ጥላ ስር በእንክብካቤ ላይ ሆነው ይገኛሉ፡፡ እነዚህም ሰዎች በሙሉ ልቦናቸው እኔን የሚያገለግሉት የእኔን አብይ የመንግስተ ሰማያት ጌትነት፤ የሁሉም ዋና መነሻ እና ከድክመት ነፃ መሆኔን በመረዳታቸው ነው፡፡ የእኔንም ዝና ሁሌ ሲያወድሱ ይታያሉ፡፡ በትጉህ የመንፈሳዊ ጥረት እና አምልኮት እነዚህ ታላላቅ ነፍሳት በሙሉ ልቦናቸው ለእኔ በመስገድ በፍቅር አግንነውኝ ለዘለዓለም ሲያገለግሉኝ ይታያሉ፡፡" (ብጊ: 9.13-14)

ይህስ "ማህትማ" የተባለው ታላቅ ነፍስ ማነው? ይህም ሰው በከፍተኛው የመንፈሳዊው ሀይል የሚመራው ሰው ነው፡፡ በአሁኑ ጊዜ እኛ በክርሽና የዘቅተኛው ቁሳዊ ዓለም ሀይል ቁጥጥር ስር እንገኛለን፡፡ በተፈጥሮ እንደ ሀያው ነፍስነታችን ደረጃችን ማእከላዊ ሆና እናገኘዋለን፡፡ ይህም ማለት እራሳችንን በክርሽና የሁሉቱ ዓይነት ሀይላት በማናቸውም ጊዜ እንደፍላጎታችን የማዘዋወር መብት ተሰጥቶናል፡፡ (ዓለማዊ እና መንፈሳዊ)ክርሽና በማንም የማይተማመን ነፃ ሆኖ እናገኘዋለን፡፡ እኛም የክርሽና ቅንጣፈ አካላት በመሆናችን ነፃ የመሆን አዝማሚያ አለን፡፡ ስለዚህም በየትኛው ሀይል ለመተዳደር እንደምንፈልግ

የመምሪጥ እድል አለን። በዚህ ቁሳዊ ዓለም ውስጥም ሆነን ስለ ሽሪ ክርሽና ከፍተኛ ሀይሉ ንቃት ሳይኖረን በድንቁርና ውስጥ ስለምንገኝ በዚህ በክርሽና ዝቅተኛው የቁሳዊ ዓለም ሀይል ተጠምደን እንገኛለን። አንዳንድ ፈላስፋዎች እዚህ ከምናየው ዓለም ውጪ ሌላ ዓለም የለም ብለው ያስተምራሉ። ይህንም የቁሳዊ ዓለም ችግር ለመወጣት ሕይወታችንን ባዶ በማድረግ እና እራሳችንን ባዶ ማድረግ ነው ብለው ያስተምራሉ። ነገር ግን ነፍሳት ዘለዓለማዊ ስለሆኑ ባዶ የሆነ ሕይወት ሊይዙ አይችሉም። በሞት ጊዜም ገላችን ተቀብረ እና ሕይወታችን ባዶ ሆነ ማለት አይደለም። ከዚህ ከቁሳዊ ዓለም ቀጥጦ ነጻ ለመውጣት ከመጣራችን በፊት የምንሄድበት ቦታችን ወዴት እንደሆነ በመጀመሪያ ደረጃ መረዳት ይገባናል። መሄድ የምንፈልግበትን ቦታ የማናውቅ ከሆነ ግን እንዲህ የሚል አስተሳሰብ ይኖረናል። "አ ከፍተኛ እና ዝቅተኛው የተፈጥሮ ሀይል ምን እንደሆነ አናውቅም። የምናውቀውም ይህንን ቁሳዊ ዓለም ብቻ ነው። ስለዚህ እዚሁ ቀርተን መከረሙን እና ማርጀቱን እንመርጣለን።" ነገር ግን በብህገ ሺድ ጊታ ቅዱስ መጽሀፍ ውስጥ ስለከፍተኛው እና ስለዝቅተኛው ሀይል ዓብዩ ጌታ በግልጽ መረጀውን ስጥቶናል።

በብህገ ሺድ ጊታ ቅዱስ መጽሀፍ ውስጥ ሽሪ ክርሽና የተናገራቸው ቃላት በሙሉ ዘለዓለማዊነት ያላቸው፤ እውነት እና ፍጹም ሊቀየሩ የማይችሉ ናቸው። በምንም ዓይነት ሙያ ላይ ተሰማርተን ብንሆንም ወይም ምንም እንኳን አርጁና የጦር ሀይል ስራ ላይ ተሰማርቶ ቢገኝም መንፈሳዊ ለመሆን የሚያስፈልገን ንቃታችንን መቀየር እንጂ ሙያችንን መቀየር አይደለም። በአሁኑ ጊዜ የግላችንን ስሜት ለማርካት በተመሰረት ንቃት ላይ እንገኛለን። ቢሆንም ግን የግላችንን ፍጹም የሆነውን ስሜት እንዴት ለማርካት እንደምንችል ዘንግተነዋል። በመሰረቱ የግል ፍላጎት የለንም። ያለን ግን ዓለማዊ ስሜቶቻችንን የማርካት ፍላጎት ነው። መቀየር የሚገባንም ይህን ዓይነቱ ንቃታችን ነው። ይህንንም ፍጹም የሆነውን የግል መንፈሳዊ ፍላጎታችንን የሚያረካውን ንቃት መመስረት ይገባናል። ይህም ነፍሳችን በክርሽና ንቃት እንድትዳብር ማድረግ ነው። ይህስ እንዴት ሊከናወን ይችላል? በሕይወታችንስ በእያንዳንዱ ደረጃ ላይ እንዴት አድረገን የክርሽናን ንቃት ለማዳበር እንችላለን? በመሰረቱ ይህንን ለሟሟላት ክርሽና ቀላል አድርጎልናል።

ራሶ ሀም አፐሱ ኮንቴያ ፕራብሀስሚ ሻሺ ሱራዮህ
ፕራናባህ ሳርባ ቬዴሹ ሻብዳህ ከኄ ፖሩሻም ንርቡ

"ኦ የኩንቲ ልጅ ሆይ (አርጁና) እኔ በውህ የምገኝ ጣእም ነኝ፤ የፀሀይ እና የጨረቃ ብርሀን፤ በቬዲክ ጥቅሶች "ኦም" የተባለው ቃል፤ በሕዋ የሚገኘው ድምጽ እና በሰው ልጅ የሚገኘው ብቁነት ሁሉ እኔው ነኝ::" (ብጊ: 7.8)

በዚህም ጥቅስ ውስጥ በሕይወታችን በሚገኘው በእያንዳንዱ ደረጃ ላይ እንዴት ሙሉ በሙሉ የክርሽና ንቃታችንን ለማዳበር እንደምንችል ሸሪ ክርሽና ግልጽ የሆነውን መረጃ ሰጥቶናል:: በምድር ላይ የሚገኙት ነዋሪ ነፍሳት ሁሉ ውህ መጠጣት የግድ ያስፈልጋቸዋል:: የውህም ጣእም የተለየ እና በጣም የሚያረካ ስለሆን በጥማት ጊዜ ከንጹህ ውህ ሌላ በጣም ሊያረካን የሚችል ፈሳሽ አይገኝም:: በምድር ላይ ማንም በምርት ላይ የተሰማራ የንግድ ሰው እንደ ውህ ጥማት ለማርካት የሚችል ፈሳሽ ነገር ለማምረት አይችልም:: ስለዚህ በቀን በቀን ውህ ጠጥተን እርካታውን በአገኘነው ቁጥር ሁሉ ፈጣሪ ጌታን ማመስገን እና ማስታወስን እንችላለን:: በሕይወቱ በእያንዳንዱ ደረጃ ላይ ማንም ሰው ውሀን ከመጠጣት ለ.ቆጠብ አይችልም::

ስለዚህም ፈጣሪ አምላክን ለማወደስ በእያንዳንዱ የሕይወታችን ምዕራፍ ውስጥ ዕድል ያለን መሆኑን መገንዘብ ይገባናል:: ይህስ ዕድል እያለን እንዴት ዓብዪ አምላክን ለመርሳት እንችላለን?

እንደዚሁም ሁሉ ብርሀንበታየቁጥር ሸሪክርሽናእንደሆነመረዳት እንችላለን:: ብራህማጆይቲ ተብሎ የሚታወቀው በመንፈሳዊው ዓለም የሚገኘው የብርሀን ጮራ የሚመነጨው ከሸሪ ክርሽና አካል ነው:: ይህ የምንገኝበት ቁሳዊው ዓለም ግን ከዚህ ጮራ ተሸፍኖ ይገኛል:: የቁሳዊው ዓለም ፍጥረት በተፈጥሮ ጨለማ የሞላበት ሆኖ እናገኘዋለን:: ይህንንም ፍጥረት በምሽት ጊዜ በቀላሉ ልንገነዘበው እንችላለን:: ይህም ጨለማ ቁሳዊ ዓለም እንደ ሰው ሰራሽ ፍጥረት ቀን በፀሀይ ማታ በጨረቃ እና በኤሌክትሪክ ሀይል ብርሀን የሚስጥ ሆኖ እናገኘዋለን:: ታድያ ይህ ብርሀን ወደዚህ ዓለም የሚንፀባረቀው ከወዴት መንጭቶ ነው? ፀሀይ የብርሀን ሀይል የምታገኘው ብራህማጆይቲ ከሚባለው ከመንፈሳዊው ዓለም የሚመነጨው የብርሀን ጮራ ነው:: በመንፈሳዊው ዓለም ውስጥ ምንም ዓይነት

ፀሀይ ጨረቃ ወይም ኤሌክትሪክ አያስፈልግም:: ምክንያቱም በመንፈሳዊው ዓለም ሁሉም ብርሀን የሚቀርበው በብራህማጆይቲ በመሆኑ ነው:: ስለዚህም በዚህ ምድር ላይ የፀሀይን ፍሬራ በቀን በቀን ባየን ቁጥር ዓብዩ የመንግስተ ሰማያትን ጌታ ሽሪ ክርሽናን ለማስታወስ እንችላለን::

የቬዲክም ማንትራ ወይም ጥቅሶች ሁልግዜ የሚጀምሩት "ኦም" በተባለው ቅዱስ ቃል ነው:: እነዚህም ጥቅሶች በተደገሙ ቁጥር ሽሪ ክርሽና "ኦም" በሚለው ድምጽ ተወክሎ ስለሚገኝ ሁሌ ልናስታውሰው እንችላለን:: "ኦም" የሚለው ቃል እንደ "ሀሬ ክርሽና" የቅዱስ ስም ዓብዩ አምላክን የምናወድስበት ቃል ነው:: "ኦም" የተባለው ቃል ሽሪ ክርሽና እራሱ በድምጽ ተወክሎ የሚገኝበት ነው:: "ሻብዳ" ማለት ድምጽ ማለት ሲሆን በማናቸውም ጊዜ ማናቸውንም ዓይነት ድምጽ ስንሰማ ከዋናው መንፈሳዊው ንፁህ ድምጽ "ኦም" ወይንም የሀሬ ክርሽና ቅዱስ ስም ድምጽ ተወራርዶ የመጣ ድምጽ እንደሆን መረዳት ይገባናል:: በዚህ ቁሳዊ ዓለም የምናገኘው ድምጽ ሁሉ ከዚሁ ከዋናው መንፈሳዊ ድምጽ "ኦም" ተንፀባርቆ የመጣ ድምጽ ነው:: ይህንንም ፈለግ ተከትለን በማናቸውም ጊዜ ድምጽ በሰማን ቁጥር፤ ወሀ በጠጣን ቁጥር፤ ብርሀን ባየንም ቁጥር ሁሉ ዓብዩ የመንግስተ ሰማያትን ጌታን ለማስታወስ እንችላለን:: የዓብዩ ጌታ የሽሪ ክርሽና ንቃት ማለት ይህው ነው:: በዚህም ሰርዓት ዓብዩ ጌታ ክርሽናን ለ24 ሰዓት ለማስታወስ እንችላለን:: በዚህም መንገድ ዓብዩ የመላእክት ጌታ ሽሪ ክርሽና ሁልጊዜ ከእኛ ጋር ሊሆን ይችላል:: በእርግጥ ሽሪ ክርሽና ሁልጊዜ ከእኛ ጋር ነው:: ቢሆንም ግን ይህንን ሰርዓት በመከተል ክርሽና ሁልጊዜ በአጠገባችን ሆኖ በውን እንዳለ ሊሰማን ይችላል::

በቬዲክ ቅዱስ ስነጽሁፎች እንደተገለጸውም ከዓብዩ አምላክ ጋር ለመቅረብ ዘጠኝ ዓይነት ስርዓቶች ይገኛሉ:: የመጀመሪያውም ስርዓት "ሽራቫናም" ወይም ማዳመጥ ይባላል:: ብህገሽድ ጊታን በማንበብ የሽሪ ክርሽናን ንግግር አዳመጥን ማለት ነው:: ይህም ማለት ከዓብዩ ከሽሪ ክርሽና ጋር በቅርበት ተዋሀድን ማለት ነው:: (ክርሽና በማለት በጠቀስን ጊዜ ሁሉ ይህ ስም የሚያመለክተው ዓብዩ የመንግስተ ሰማያትን ጌታ ፈጣሪ አምላክን ነው::)

ከዓብዩ ጌታ ጋርም ቀርበን በመንፈሳዊ ንቃት በዳበርን ቁጥር እና ስለ ክርሽና ቃላቶች ስም እና ታሪክ ባዳመጥን ጊዜ ከቁሳዊው ዓለም የወረስነው የተበከለ

አስተሳሰብ ሁሉ እየቀነሰ እና እየፀዳ ይመጣል። ሽሪ ክርሽናም በድምፅ፣ በውህ፣ በብርህን እና በሌላ ብዙ ፍጥረታት የተወከለ መሆኑ ስንረዳ ክርሽናን ለመርሳት ወይም ለመራቅ አንችልም።

ሽሪ ክርሽናንም በእንደዚህ ዓይነት መንገድ ሁሌ የምናስታውሰው ከሆነ ከእርሱ ጋር ያለን ንቃት ዘለቄታ ያለው ይሆናል።

ከክርሽና ጋር መጐዳኘት ልክ የፀሀይ ብርሀንን እንደ መቅረብ ይቆጠራል። ፀሀይ በምትንፀባረቅበት ቦታ ሁሉ የመበስበስ ባህርይ የለም። አንድ ሰው በፀሀይ ጨራ ስር ዘወትር የሚገኝ ከሆነ ከብዙ ህመሞች ለመዳን ወይም ላለመጋለጥ ይበቃል። በምዕራባውያን የመድሀኒት መፍትሄዎችም እንደምናየው የፀሀይ ጨራ ለተለያዩ ህመሞች እንደ መድሀኒት ሲታዘዝ እናያለን። በቬዲክ ስርዓትም በህመም የተበከለ ሰው ለመዳን ከፈለገ ፀሀይን በማምለክ እንዲድን መፍትሄው ተሰጥቶታል። እንደዚሁም ሁሉ እኛም ከክርሽና ጋር በመጐዳኘት እና የክርሽና ንቃታችንን በማዳበር ከቁሳዊው ዓለም ህመማችን ለመዳን እንችላለን። የሀሬ ክርሽናንም ቅዱስ ስም በመዘመር ከክርሽና ጋር በቀላሉ ለመጐዳኘት እንችላለን። ውህንም በማየት፣ ፀሀይን እና ጨረቃንም በማየት፣ ክርሽናን ማየት እና ማስታወስ እንችላለን። ክርሽናን በድምጿ ለመስማት እንችላለን ወይም የውዝ እርካታንም በማግኘት ክርሽናን ማጣጣም እንችላለን። በአሁኑ ጊዜ ግን ክርሽናን የዘነጋንበት ጊዜ ላይ እንገኛለን። ስለዚህ ይህንን የመንፈሳዊ ንቃታችንን በመቀስቀስ እና በማዳበር ክርሽናን የምናስታውስበትን መንገዶችን ማሰላሰል ይገባናል።

ይህ ሽራሻናም ኪርታናም (ሽብ፡7 5 23) የተባለው ስርዓት ወይም ማዳመጥ እና መዘመር በጌታ ቼይታንም የተደገፈ ስርዓት ነው። በዚያን ጊዜ ጌታ ቼታንያ ከራማናንዳ ሮይ ከተባለው ትሁት አገልጋዩ እና ጓደኛው ጋር ንግግር ሲያደርግ ስለ መንፈሳዊ ንቃት እውቅና ስርዓቱ ምን እንደሆነ ጠይቆት ነበር።

ራማናንዳም መልስ ሲሰጠው ስለ ቫርናሻራማ ድህርማ፣ ሳንያሳ ወይም ምንኩስና መውሰድ እና ከስራ ሀላፊነት መውጣት እንዲሁም ሌሎች ስርዓቶችን ነግሮት ነበር። ነገር ግን ጌታ ቼታንያ እንዲህ አለው። "አይደለም። እነዚህ ሁሉ ጥሩ አይደለም።" ብሎ ነገረው። በእያንዳንዱም ጊዜ ራማናንዳ ስርዓቶችን በተናገረ ጊዜ ጌታ ቼታንያ አላፀደቀውም ነበር። በየጊዜውም ሌላ የተሻለ ስርዓት አምጣ በማለት ደጋግሞ ይጠይቀው ነበር። በመጨረሻም ራማናንዳ ሮይ

ከቬዲክ ስነፅሁፍ ጥቅስ በመውሰድ አንድ ሰው አምላክን ለማወቅ በግምታዊ ምርምር ጥረት ማድረግ ማቆም እንደሚገባው ተናገረ። ምክንያቱም በዚህ ዓይነት ግምት በተሞላበት ምርምር ማንም ሰው ፍፁም የሆነውን እውነት ለማግኘት አይችልም። ለምሳሌ ሳይንቲስቶች በሩቅ ሰለሚገኙት ኮከቦች እና ፕላኔቶች ግምት በተሞላበት ምርምር ላይ ተስማርተው ይገኛሉ። ነገር ግን በትክክለኛ መንገድ ባልተገኘ እውቀት ምንም ዓይነት ድምደማ ላይ ሊደርሱ አይችሉም። አንድ ሰው ሕይወቱን በሙሉ በግምታዊ ምርምር ሊያጠፋ ይችላል ነገር ግን ምንም ዓይነት ውሳኔ ላይ ሊደርስ አይችልም።

በተለይ ስለ ዓብዩ ፈጣሪ አምላክ ግምታዊ ምርምር ማድረግ ጥቅም የሌለው ልፋት ነው። ስለዚህም የሽሪማድ ብሀገቨታም ቅዱስ መጽሀፍ እንደሚገልጸልን ሁሉም ዓይነት የግምታዊ ምርምሮች መቆም አለባቸው። የተሰጠውም ትእዛዝ አንድ ሰው ትሁት መሆን እንደሚገባው እና እራሱንም ከምንም ሳይቆጥር እና ይህች የምንኖርባት ሜሬት ከትእይንተ ዓለም ጋር ስትወዳደር ከነጥብ በታች እንደሆነች በመንገዘብ በትሁትነት አምላክን መስማት እና ማገልገል ያስፈልገዋል። የኒዉ ዮርክ ከተማ በጣም ትልቅ ሆና ሊሰማን ይችላል። ነገር ግን ከትእይንተ ዓለም ጋር ሲወዳደር ምድር ከነጥብ በታች እንደሆነች እንረዳለን። በትልቁ ምድር ላይም አሜሪካ ትንሽ መሆንዋን እንረዳለን። በትልቁ አሜሪካም ኒዉ ዮርክ ትንሽ መሆንዋን እንረዳለን። በኒዉ ዮርክም ውስጥም ከሚገኙት ስንት እና ስንት ሚሊዮን ሰዎች አንድ ሰው ከምንም እንደማይቆጠር እንረዳለን። እነዚህንም ሁሉ ስንገነዘብ ምን ያህል ትሁን መሆን እንደሚገባን ለመረዳት እንችላለን። ይህንን ዝቅተኛነታችንን ከትእይንተ ዓለሙ እና ከፈጣሪ አምላክ ጋር በማወዳደር እና ትምህርት በመውሰድ ልባችን በኩራት ሳይደለል ዓብዩ ጌታን በትሁትነት መቅረብ እና በፍቅር ማገልገል ይገባናል። ወደ እንቁራሪትም ፍልስፍና ውስጥ በመግባት ወጥመድ ውስጥ እንዳንገባ መጠንቀቅ ይኖርብናል። አንድ ጊዜ በኩሬ ውስጥ አንድ እንቁራሪት ይኖር ነበር። ሌላው እንቁራሪት ጓደኛውም አትላንቲክ ውቅያኖስ የሚባለውን አይቶ እንደመጣ አጫወተው። በኩሬ ያለውም እንቁራሪት እንዲህ ብሎ ጠየቀው። "አ ይህ አትላንቲክ ውቅያኖስ የምትለኝ ምንድን ነው?" ጓደኛውም እንዲህ አለው። "በጣም ትልቅ የሆነ ውሀ የተከማቸበት ውቅያኖስ ነው።"

"ምን ያህል ትልቅ ይሆናል? ከዚህ ኩሬ እጥፍ ይሆናል?" "አ አይደለም ከዚህ ኩሬ በግማሽ የተለቀ ነው::" "ምን ያህል ትልቅ ቢሆን ነው? ከዚህ ኩሬ አስር ጊዜ ትልቅ ይሆናል?" እንደዚህ በመሰለ ጥያቄ እንቁራሪቱ ለረጅም ጊዜ በመገመት ላይ ተገኘቶ ነበር:: ታድያ ይህን በመሰለ ግምታዊ ምርምር ምን ያህል ቢሄድ ነው የታላቁን ውቅያኖስ ጥልቀት እና ስፋት ሊረዳ የሚችለው?

የእኛም የምርምር ድርጅቶች ልምድ እና የማወቅ ሀይላችን ሁል ጊዜ የተወሰነ ባህርይ ያላቸው ናቸው:: ዘረን ዘረን የእንቁራሪት ፍልስፍና ውስጥ እንገባለን:: ስለዚህም የሸሪማድ ብሀገቨታም ቅዱስ መጽሀፍን እና አብዮን የመላእክት ጌታን ለመረዳት በግምታዊ ምርምር ላይ መሳተፍ አይገባንም:: ምክንያቱም ይህ ጊዜ የሚያባክን እና ፋይዳ የሌለው ትግል ነው::

ይህንንስ ግምታዊ ምርምር ካቆምን በኋላ ምን ማድረግ ይገባናል? የብሀገቨታም ቅዱስ መጽሀፍ እንደሚመከረን በትሁት ልቦና የአብዮን አምላክ መልእክትን በሙሉ ልቦና ማዳመጥ ይገባናል:: ይህም መልእክት በብሀገቨድ ጊታ እና በሌሎች የቬዲክ ስነጽሁፎች ውስጥ ይገኛል:: እንዲሁም በቁራን እና የክርስትያን መጽሀፈ ቅዱስ ውስጥ መልእክቶቹ ይገኙ:: የመንፈሳዊ ስልጣን ካለውም መምህር መልእክቱን ማዳመጥ እንችላለን:: ዋናው መሰረታዊ ነጥቡ ግን ዓብዩ አምላክን ለመረዳት በግምታዊ ምርምር ሳይሆን ከመንፈሳዊ ባለስልጣኖች ወይም መምህራን መስማት ይገባናል:: ታድያ የዚህ ማዳመጥ ጥቅሙ ምንድን ነው? አንድ ሰው በምንም ዓይነት ደረጃ ላይ ቢገኝም ማለትም ድሀ ወይም ሀብታም ሰው፣ አሜሪካዊ፣ አውሮፓውያን፣ ህንድ፣ የብራህማና ቄስ፣ ሹድራ ወይም የቀን ሰራተኛ ቢሆንም የዓብዩ አምላክን መንፈሳዊ መልእክት የሚሰማ ከሆነ ምንም እንኳን አምላክ በማንም ሀይል የማይረታ ቢሆንም በአገልጋዮቹ ፍቅር ግን ሊረታ ይችላል::

አርጁና የሸሪ ክርሽና ጓደኛ ነበር:: ነገር ግን ሸሪ ክርሽና ምንም እንኳን ዓብዩ የመንግስት ሰማያት ጌታ ቢሆንም ለአርጁና የሰረገላው ነጂ ለመሆን ፈቃደኛ ሆና ነበር:: ይህም ከደረጃው ዝቅ ብሎ የሚገኝ አገልግሎት ነበር:: አርጁና ያለውን ፍቅር ለክርሽና ያሳየው ነበር:: ክርሽናም ያለውን ፍቅር እንዲህ በመሰለ ሁኔታ ለአርጁና ገለፀለት::

እንደዚሁም ሁሉ ክርሽና ልጅ በነበረበት ጊዜ በጨዋታ የአባቱን የናንዳ

መሀራጅን ጨሞ በራሱ ላይ አስቀምጦ ይሄድ ነበር። አንዳንድ ሰዎች ከአምላክ ጋር አንድ ለመሆን ብዙ ጥረት ሲያደርጉ እናያለን። ቢሆንም ግን ፍቅር በተሞላበት አገልግሎታችን አንድ መሆኑ ቀርቶ የሸሪ ክርሽና አባት ለመሆንም እንችላለን። በእርግጥ አምላክ የሁሉ አባት ነው የራሱ የሆነ ወላጅ አባትም የለውም። ቢሆንም ግን በፍቅር የሚያገለግለውን እንደ አፍቃሪ ጓደኛው ወይም እንደ አባቱ ሊቀበለው ይችላል። ክርሽና በፍቅር በሚያገለግሉት ለመረታት ፈቃደኛ ነው። ይህንንም የአምላክ ፍቅር ለማዳበር አንድ ሰው የአብዮን አምላክ መልእክት በደንብ መከታተል ይገባዋል።

በሰባተኛው የበህገሽድ ጊታ ምዕራፍ ውስጥ ዓብዩ ሸሪ ክርሽና እንዴት በተለያየ መንገድ እና በእያንዳንዱ የሕይወታችን ደረጃ ላይ እንዴት ሊገለፅልን እንደሚችል ጠቅሶልናል፡፡

ፑንዮ ጋንድህህ ፕርትሂሽያም ቻ ቴጆስ ቻስሚ ቪብሀሳ
ጂቫናም ሳርቫ ብሁቴሹ ታፓሽ ቻስሚ ታፓስቪሱ

"እኔ የመጀመሪያው ንፁህ የመሬት ሽታ እና በእሳትም የምውለበለብ ሙቀት ነኝ። የሚኖሩ ነፍሳት ሁሉ ሕይወታቸው እኔው ነኝ፤ እንዲሁም የባህታውያን ሁሉ የፀሎት ግብ እኔው ነኝ።" (ብጊ: 7.9)

"ፑንዮ ጋንድኃህ" የሚሉት ቃላቶች ሽታ የሚለውን ትርጉም ይዘው ይገኛሉ። ክርሽና ብቻ ጣእምን እና ሽታን ለመፍጠር ይችላል። በሰው ሰራሽነት ብዙ ሽቶዎች እና ሰንደሎች ልንሰራ እንችላለን። ነገር ግን እነዚህ ሽታዎች በተፈጥሮ ከሚገኙት ሽታዎች ሊበልጡ አይችሉም። በተፈጥሮ የተሰጠውን ጥሩ ሽታ ስናሽት "እ ይኅው አምላኬ ወይም ይኅው ፈጣሪ" ማለት እንችላለን። ወይም በተፈጥሮ ያልተለመደ ሀይል ወይም በጣም በተፈጥሮ አስደናቂ ነገር ስናይ "ይኅው ክርሽና" ማለት እንችላለን። ወይም ደግሞ ማናቸውንም ዓይነት ተፈጥሮ የዘፍ ዓይነት፤ የተከል ዓይነት፤ የእንስሳ ዓይነት፤ ወይም አስደናቂ ሰው ስናይ ይህ ፍጥረት የሸሪ ክርሽና ቅንጣፌ አካል መሆኑን መረዳት ይገባናል። የዓብዮ አምላክ ቅንጣፌ የሆነው ነፍስ ከቁሳዊው ገላ ለቆ ሲወጣ ገላው መፈረካከስ እና መበስበስ ይጀምራል፡፡

በጃም ማም ሳርቫ ብሁታናም ቪድሄ ፓርትህ ሳናታናም
ቡድሄር ቡድሂማታም አስሚ ቴጃች ቴጃስቪናም አህም

"ኦ የፕርትህ ልጅ ሆይ እኔ የሁሉም ነዋሪ ነፍሳት የመጀመሪያው መነሻ ዘር፤
የአዋቂዎች ሁሉ አዕምሮ፣ የጀግኖች ሁሉ ኃይል እኔው ነኝ።" (ብጊ፡ 7.10)

በዚህም ጥቅስ ውስጥ እንደተገለፀው ሽሪ ክርሽና የነዋሪ ነፍሳት ሁሉ
የሕይወት መነሻ ሆኖ ይገኛል። ስለዚህም በዚህ ቁሳዊ ዓለም ሕይወት ውስጥ
እንኳን እያለን ሽሪ ክርሽናን ለማየት እንችላለን። አንዳንድ ሰዎች እንዲህ ብለው
ሊጠይቁ ይችላሉ። "ፈጣሪ አምላክን ልታሳየኝ ትችላለህን?" በእርግጥም
ይቻላል። ፈጣሪ አምላክ በተለያየ መንገድ ሊታይ ይችላል። ነገር ግን አንድ ሰው
ዓይኑን ጨፍኖ "ፈጣሪን ለማየት አልፈልግም" ካለ እንዴት ተደርጎ ለማሳየት
ይቻላል?

ከዚህ በላይ በተጠቀሰው ጥቅስ ውስጥ "ቢጃም" የሚለው ቃል "ዘር" ማለት
ነው። ይህም "ዘር" ዘላዓለማዊ ወይም ሰናታና ተብሎ ይታወቃል። አንድ ሰው
በጣም ትልቅ የሆነ ዛፍ ለማየት ይችላል። ነገር ግን የዚህ ትልቅ ዛፍ መነሻው
ምንድን ነው? መነሻውም ዘሩ ነው። ይህም የተጠቀሰው "ዘር" ዘለአለማዊ ነው።
በእያንዳንዱ ነፍሳት ውስጥ ይገኛ የኖር ዘር ይገኛል። ገላትን የተለያየ ደረጃዎችን
ሲያልፍ ይታያል። በእናት ሆድ ውስጥ ሲያድግ ይታያል። እንደ ህፃንም
ይወለዳል። እንደልጅነትም ሲያድግ ይታያል። ወደ ወጣትነትም ይቀየራል።
ቢሆንም ግን የመጀመሪያው የህያውነት ዘር ግን ባለበት እንዳለ ይቆያል።
ስለዚህም ዘላዓለማዊ ተብሎ ይታወቃል። በግልፅ አይታወቀንም እንጂ ገላችን
በየጊዜው ወይም በየሴኮንዱ ሲቀያየር ይገኛል። ቢሆንም ግን ቢጃም ወይም
"ዘሩ" ወይም በውስጥ ያለው የመንፈሳዊው ቅንጣሬ(ነፍስ) አይቀያየርም።

በእያንዳንዱ የዘላዓለማዊ መንፈሳዊ ቅንጣፈ ውስጥም የሚገኘው ዘር
ክርሽና እራሱ እንደሆነም በብሀገቨድ ጊታ ተገልጿልናል። ይህም ማለት ክርሽና
የሁሉ ነፍሳት ዘላዓለማዊ ዘር ሁኖ ይገኛል። የአዋቂዎች ሁሉ አዕምሮ እርሱው
ሆኖ ይገኛል። ማንም ሰው የክርሽና በረከት ካልደረሰው በቀር አዋቂ ሊሆን
አይችልም። እያንዳንዱም ሰው ከሌላው በላይ በጣም አዋቂ ለመሆን ጥረት
ሲያደርግ ይገኛል። ነገር ግን የክርሽና በረከት ካላገኘ አዋቂ ለመሆን አይችልም።

እንደዚሁም ሁሉ አዋቂ ሰው ባጋጠመን ጊዜ ሁሉ እንዲህ ማስብ ይገባናል:: "ይህ የላቀ አዕምሮ ክርሽና ነው" እንደዚህም ሁሉ በገለፃ ወይንም በክርክር የሚያሳፍርን ሰው ባህርይ የሚመጣው ከክርሽና መሆኑን መገንዘብ ይገባናል::

ባላም ባላቫታም ቻሃም ካ ማ ራጋ ቪቫርጂታም
ድሀርማቪሩድሀ ብሁቴሹ ካም ስሚ ብሀረታርሻብሀ

"እኔ ቅን ፍላጐት የሌለው ሀይል ካላቸው ፍጥረታት ሁሉ ሀይላቸው እኔው ነኝ:: ከሀማይኖታዊው መመሪያ ውጪ ያልሆነውም የወሲብ ፍላጐት ምንጭ እኔው ነኝ:: አ የብሀረታዎች ጌታ" (አርጁና) (ብጊ: 7.11)

ዝሆኖች እና የጉሬላ ዝንጀሮዎች በጣም ሀይል ያላቸው እንስሶች ናቸው:: ይህም ሁሉ ሀይላቸው የሚመጣው ከሽሪ ክርሽና መሆኑ መገንዘብ ይኖርብናል:: የሰው ልጅም ይህንን ዓይነት ሀይል በራሱ ጥረት ሊያገኘው አይችልም:: ነገር ግን የክርሽና በረከትን ካገኘ የሰው ልጅ ከዝሆን በላይ ሼህ ጊዜ የሚበልጥ ሀይል ሊያገኝ ይችላል:: በኩሩክሼትራ ጦርነት ጊዜ ታላቁ ተዋጊ ብሂማ የነበረው ሀይል ከዝሆን ሀይል ከአስር ሼህ እጥፍ በላይ እንደነበረ ይነገርልታል:: እንደዚሁም ሁሉ ከሀይማኖታዊ ስርአት ውጪ ያልሆነ የወሲብ ፍላጐት ምንጭ ወይም "ካማ" ክርሽና እራሱ እንደሆነ መረዳት ይኖርብናል:: ይህስ ጠንካራ የወሲብ ፍላጐት(ካማ) ምንድን ነው? ይህም ብዙውን ጊዜ ሰዎች እንደሚረዱት የወሲብ ግኑኝነት እንደሆነ ይታወቃል:: በእዚህ ጥቅስ ውስጥ ክርሽና የገለፀው የወሲብ ግኑኝነት ወይም ካማ ግን የሀይማኖት ስርአትን የተከተለ ነው:: ይህም ማለት ጥሩ ልጆችን በትዳር ጊዜ ለመውለድ የሚደረገው የወሲብ ግኑኝነት ማለት ነው:: አንድ ሰው በዓብዮ ሽሪ ክርሽና መንፈሳዊ ንቃትን የሚያዳብሩ ልጆችን ወልዶ ለማሳደግ የሚችል ከሆነ ከሺህም በላይ በወሲብ ግኑኝነት ካሰፈለገ ሊሰማራ ይችላል:: ነገር ግን ልጆቹን ከውሻ ከድመት ያልተሻለ ዓለማዊ አንደበት ይዞው እንዲያድጉ ከሆነ የወሲቡ ግኑኝነት ከሀይማኖታዊ ስርዓት ውጪ ነው:: በሀይማኖታዊ እና በስለጠነ ሕብረተሰብ ውስጥ የጋብቻ ስርዓት የሚፈፀመው ባለትዳሮቹ በወሲብ ተገናኝተው ጥሩ ልጆችን ወልደው በጥሩ መንፈስ እንዲያሳድጓቸው ነው:: ስለዚህ በጋብቻ ውስጥ የሚፈፀመው የወሲብ ግኑኝነት

በሄይማኖታዊ ስርዓት የተደገፈ ነው፡፡ ከትዳር ውጪ የሚገኝ የወሲብ ግኑኝነት ግን ከሄይማኖታዊ ስርዓት ውጪ ነው፡፡ በመሰረቱ በመሎክሴ እና በባለትዳር መሀከል ብዙም ልዩነት አይገኝም፡፡ የሚወስነው ግን የባለትዳሮች የወሲብ ግኑኝነት ምን ያህል ሄይማኖታዊ ስርዓት የተከተለ መሆኑ ነው፡፡

> ዬ ቻይሻ ሳትቪካ ብህሻ ራጃሳስ ታማሳሽ ቻ ዬ
> ማታ ኤቬቲ ታን ቪድሂ ና ትሽ አሀም ቴሹ ቴ ማዩ

"የሁሉም ነፍሳት አንደበት ጥሩም ይሁን፤ ጥልቅ ፍላጎት የተሞላበትም ይሁን ወይም ድንቁርና የተሞላበት ቢሆንም እነዚህ ሁሉ የሚፈጠሩት በእኔ ሀይል ነው፡፡ እኔ በሁሉም ዘንድ እገኛለሁ፡፡ ቢሆንም ግን ተነጥዬ የመኖራም ሀይል አለኝ፡፡ እኔ በዚህ ቁሳዊ ዓለም በሚገኙት የተፈጥሮ ሕግጋት ቁጥጥር ስር አይደለሁም፡፡" (ብጊ: 7.12)

አንድ ሰው ክርሽናን እንዲህ ብሎ ሊጠይቀው ይችላል፡፡ "እንደገለፅከው አንት ድምፅ እንደሆንክ፤ ውህ፤ ብርሀን፤ ሺታ፤ የሁሉም ዘር ሀይል፤ የወሲብ ፍላጎት እንደሆንክ ሁሉ ተናግረሀል፡፡ ይህ ማለት አንተ የምትገኘው በጥሩ አንደበት ብቻ ነው?"

በዚህ ቁሳዊ ዓለም ውስጥ ሶስት ዓይነት የህልውና ባህሪዎች አሉ፡፡ እነዚህም የጥሩ ረጋ ያለ ባህሪይ፤ ያልተረጋጋ ባህሪይ እና የድንቁርና ባህሪዎች ናቸው፡፡ እስከ አሁንም ድረስ ክርሽና እንደገለፀው እርሱ በጥሩ ባህሪይ ውስጥ እንደሚገኝ ነው፡፡ (ለምሳሌ የሄይማኖት ስርዓትን የተከተለ በትዳር ውስጥ የሚገኝ የወሲብ ግኑኝነት)ታድያ ሌሎቹስ የህልውና ባህሮች? ክርሽና በሌሎቹ ባህርዮች ውስጥ አይኖርም ማለት ነው? ለዚህም ክርሽና መልስ ሲሰጥ እንዲህ ብሏል፡፡

"በዚህ ቁሳዊ ዓለም ውስጥ የምናያቸው ባህሪዎች ሁሉ ከሶስቱ የህልውና ባህሪዎች እየተቀላቀሉ የሚገኙ ባህሪዎች ናቸው፡፡ እነዚህም ከጥሩ ካልተረጋጋ እና ከድንቁርና ባህሪዎች ተቀላቅለው የመጡ ናቸው፡፡ በሁሉም ደረጃ እነዚህ ሁሉ ባህሪዎች የሚፈጠሩት በእኔው ነው፡፡"

እነዚህ የህልውና ባህሪዎች በክርሽና የሚፈጠሩ ስለሆኑ ሁልጊዜ በእርሱ ቁጥጥር ስር ይገኛሉ፡፡ እርሱ ግን በእነዚህ ብሀርዮች ቁጥጥር ስር አይገኝም፡፡ ክርሽና ከእነዚህ ከሶስቱ የህልውና ባህሪያት ውጪ ተሻግሮ ይገኛል፡፡

ለምሳሌ በድንቁርና አንደበት የሚፈጠሩት መጥፎ እና ክፉ ነገሮች ሁሉ ተበርዘው የሚመነጩት ከክርሸና ሀይል ነው:: ይህ አንዴት ወይም ለምን ሊሆን ቻለ ብሎ አንድ ሰው ሊጠይቅ ይችላል:: ለምሳሌ አንድ የኤሌክትሪክ ኢንጂኔር የመብራት ሀይልን አመነጨ እንበል:: በቤታችን ውስጥም ይህንን የመብራት ሀይል ተሰራጭቶ ለፍሪጅ የቅዝቃዜ አገልግሎት እና ለምድጃ የሙቀት አገልግሎት ስንጠቀምበት እንገኛለን:: ቢሆንም ግን ይ�ነው መብራት ከመብራት ሀይሉ ባለሥልጣን ሲመጣ ቀዝቃዛ ወይም ሙቅ ሆኖ አይመጣም:: እንደዚሁም ሁሉ በዓለም የምናያቸው የህልውና ባህሪዎች በነፍሳት ዘንድ የተለያዩ ደረጃዎች ይዘው እናያቸዋለን:: ከክርሸና ሲመነጭ ግን በንፁህ እና በአንድ ዓይነት ደረጃ ላይ ሆኖው ሲሰራጩ እናገኛቸዋለን:: ስለዚህ ክርሸና አንዳንድ ጊዜ የቅብዝብዝነትን እና የድንቁርናን ባህሪ የሚያመነጭ መስሎ ይታያል:: ነገር ግን እንደ መብራት ሀይሉ ባለስልጣን ክርሸና ንፁህ ባህርን ሲያመነጭ ይኖራል:: ልክ እንደ መብራት ሀይል ተጠቃሚው ሰው የቅዝቃዜ የመብራት ሀይል እና የማሞቂያ የመብራት ሀይል ብሎ ልዩነቱን አያመነጭም::

የሁሉም ባህሪ ሀይል የሚመነጨው ከክርሸና ነው:: የቬዳንታ ሱትራ ቅዱስ ስነፅሁፍም እንደሚገልፀልን: "አትህፆ ብራህማ ጃግናስያ ጃንማዲ አስያ ያታህ" (ሸብ:1 1.1) ሁሉም ነገር የሚመነጨው ከዓብዩ የመንግስተ ሰማያት ጌታ ነው:: ህያው ፍጥረታትም መጥፎ ወይም ጥሩ ብለው የሚገነዘቡትም ከራሳቸው በመነጨ ውስን አስተሳሰብ ነው:: ሸሪ ክርሸና ግን በቁሳዊ ዓለም ሕግጋት ውስን ባለመሆኑ በእርሱ ላይ የመጥፎ እና የጥሩ ባህሪያት በመለያየት መንጨተው አይገኙም:: እርሱ ለዘለዓለም ፍፁም ጥሩ ነውና:: እኛ ግን በዚህ በቁሳዊ ዓለም ውስጥ ውስን ሆነን የተፈጠርን ስለሆንን በነዚህ በሚፈራራቁ ባህሪያት እየተጠቃን በስቃይ ውስጥ እንገኛለን:: የእነዚህ ሁሉ የባህሪያት ንፁህ የመነሻ ሀይል ምንጭ ሁልጊዜ ክርሸና ሆኖ ይገኛል::

4 የአዋቂዎች እና የምኞች መንገድ

ክርሽና የዓብይነት ደረጃውን በግልጽ አድርጎ በበህገሽድ ጊታ ውስጥ አስረድቶናል፡፡ ቢሆንም ግን በተለያየ የዓለማዊ ኑሮ ምኞት ተጠቅተን ወደ እርሱ ተስበን አንገኝም፡፡ ይህ ለምንድን ነው? የዚህም ምክንያት በእራሱ በዓብዩ ክርሽና በበህገሽድ ጊታ ውስጥ ተጠቅሷል፡፡

ዳይቪ ሂ ኤሻ ጉና ማዩ ማማ ማያ ዱራትያያ
ማም ኤሻ ዬ ፕራፓድያንቴ ማያም ኤታም ታራንቲቴ

"ይህንን በሶስት ዓይነት ባህሪ የተበረዘውን የቁሳዊው ዓለም መለኮታዊ ሃይሌን ለመቋቋም በጣም አስቸጋሪ ነው፡፡ ቢሆንም ግን ለእኔ ሙሉ ልቦናቸውን ሰጥተው ለሚያገለግሉኝ ሁሉ እነዚህን ዓለማዊ ባህርያት በቀላሉ ሊሻገሯቸው ይችላሉ፡፡" (ብጊ: 7.14)

ይህ ቁሳዊው ዓለም በሶስት ዓይነት ባህሪያት የተሞላ ነው፡፡ ፍጥረታትም ሁሉ በእነዚህ በሶስት ዓይነት ባህሪያት ተጭነው ወይም ተገፍተው ይገኛሉ፡፡ በጥሩ ባህሪ የተመሰረተ አንደበት ካላቸው ብራህማና ተብለው ሊታወቁ ይችላሉ፡፡ ረጋ ያለ መንፈስ የሌላቸው ከሆነ ክሻትርያ ተብለው ሊታወቁ ይችላሉ፡፡

ረጋ ያለ መንፈስ የሌላቸው እና የድንቁርናም አንደበት ያላቸው ቫይሻ ተብለው ይታወቃሉ፡፡ በድንቁርና መንፈስ የሚጠቁ ከሆን ደግሞ ሱድራ ተብለው ይታወቃሉ፡፡ ይህም ዓይነት አንደበት በትውልድ ወይም በህብረተሰብ ደረጃ የተመሰረተ አይደለም፡፡ የተመሰረተውም በራሳቸው አንደበት ወይም ተፈጥሮ ባደራጀው ባህሪ መሰረት የሚንቀሳቀሱ ከሆን ነው፡፡

ቻቱር ቫርንያም ማያ ስርስታም ጉና ካርማ ቪብሀጋሹ
ታስያ ካርታራም አፒ ማም ቪድሂ አካርታራም አቭየያም

"እነዚህ ሶስቱ የቁሳዊው ዓለም ባህሪዎች፤ ከእነዚህም ጋር የተዛመዱት የስራ እንቅስቃሴዎች እንዲሁም አራቱ የሰው ልጅ ሕብረተሰብ ክፍሎች ሁሉ የተፈጠሩት በእኔው ነው፡፡ ምንም እንኳን ከእኔ የተፈጠሩ ቢሆኑም እኔ በዚህ የምሳተፍ፤ በዚህ ዓይነት ባህሪ የምጠቃ ወይም የምቀያየር አለመሆኔን መረዳት አለብህ፡፡" (ብጊ: 4.13)

ይህም ማለት ይህ በሺ ክርሽና የተመሰረተው አራቱ የሕብረተሰብ ኑሮ ስርዓት በአሁኑ ግዜ በሕንድ አገር እንደምናየው የተገላቢጦሽ የጉሳ ስርዓት ነው ማለት አይደለም፡፡ ክርሽና በግልጽ እንደጠቀሰው "ጉና ካርማ ቪብሀጋሹ" ብሎ ይህንን ገልጾታል፡፡ የሰው ልጅ ሕብረተሰብ የሚከፋፈለው በያዘው ባህሪ እና በተሰማራበት የስራ ዓይነት ነው፡፡ ይህም የሚያጠቃልለው በምድር ያሉትን ሰዎች ብቻ ሳይሆን በመላ ህዋ ውስጥ ለሚገኙት ፍጥረታት ሁሉ ነው፡፡ መረዳት ያለብን ነገር ቢኖርም ሺ ክርሽና በተናገረ ቁጥር መልእክቱ ሁሉ የሚያገለግለው ለዚህ ምድር ብቻ ሳይሆን ለመላው ትእይንት ዓለም ፍጹም እውነት ይዞ የቀረበ መሆኑን መገንዘብ ይኖርብናል፡፡ ሺ ክርሽና የመላ ፍጥረታት ሁሉ አባት መሆኑን ገልጾልናል፡፡ ይህም አባትነቱ ለሰው ልጅ ብቻ ሳይሆን ለመላ እንስሶችም፤ ለባህር ፍጥረታት፤ ለዛፎች ሁሉ፤ ለአትክልቶች፤ ለትላትል፤ ለአእዋፍ እና ለበራሪ ንቦች ሁሉ አባት መሆኑ ተገልጾልናል፡፡ ሺ ክርሽና እንደገለጸው የመላው ትእይንት ዓለም ፍጥረታት ሁሉ በሶስቱ የቁሳዊ ዓለም ባህሪያት ምትህት ውስጥ በመገኛታቸው እና በዚህም ምትህት ሰመመን ውስጥ ተሸንነን ስለምንገኝ ዓብዬ ፈጣሪ አምላክን ለመረዳት ሲያዳግተን እንገኛለን፡፡ የዚህስ ምትህት መሰረታዊ ፍጥረቱ ምንድን ነው? እንዴትስ ልንቋቋመው እንችላለን? ይህም በብሀገቭድ ጊታ ውስጥ ተገልጾልናል፡፡

ዳይቪ ሂ ኤሻ ጉና ማዪ ማማ ማያ ዱራትያያ
ማም ኤሻ ዬ ፕራፓድያንቴ ማያም ኤታም ታራንቲቴ

"ይህንን በሶስት ዓይነት ባህሪ የተበረዘውን የቁሳዊው ዓለም መለኮታዊ ሀይሌን ለመቆቆም በጣም አስቸጋሪ ነው:: ቢሆንም ግን ለእኔ ሙሉ ልቦናቸውን ሰጥተው ለሚያገለግሉኝ ሁሉ እነዚህን ዓለማዊ ባህርያት በቀላሉ ሊሻገሯቸው ይችላሉ::" (ብጊ: 7.14)

የትኛውም ፍጥረት ቢሆን እነዚህን ሶስቱን የቁሳዊ ዓለም ባህሪያት በግምታዊ አዕምሮ ወይንም ምርምር ሊያስወግዳቸው አይችልም:: እነዚህ ሶስቱ ባህሪያት በጣም ጠንካራ እና ለመቆቆም የሚያዳግቱ ናቸው:: እንዴት በዚህ ቁሳዊ ዓለም ውስጥ በእነዚህ ሶስቱ ባህሪያት ተጠምደን እንደምንገኝ አይሰማንም? ይህ "ጉና" (ባህሪ) የተባለው የሳንስክሪት ቋንቋ ቃል ሌላው ትርጉም "ገመድ" ማለት ነው:: አንድ ሰው በሶስት ገመዶች ተጠምዶ ታስሮ ከሆነ እስራቱ ጠብቆ ለመንቀሳቀስ ያዳግተዋል:: እንደዚሁም ሁሉ እጆቻችን እና እግሮቻችን ሁሉ በእነዚህ በሶስቱ የጥሩ፣ ረጋ ያላለ እና የድንቁርና ባህርያት ተጠምደው ይገኛሉ:: ታድያ ተስፋ ሊኖረን አይችልም ማለት ነው?? አይደለም? ሽሪ ክርሽና እንደገለፀውም ልቦናቸውን ለእርሱ ሰጥተው ለሚያገለግሉት ሁሉ ከዚህ ወጥመድ በቀላሉ ነፃ እንደሚወጡ አረጋግጧል:: አንድ ሰው የክርሽና ንቃቱን በተለያየ መንገድ ካዳበረ ከዚህ ቁሳዊ ዓለም ወጥመድ በቀላሉ ነፃ እንደሚወጣ ተረጋግጧል::

ሁላችንም የክርሽና ልጆች በመሆናችን በቀጥታ ከእርሱ ጋር ተዛምደን እንኖራለን:: አንድ ልጅ ከአባቱ ጋር ባለመስማማት ሊርቅ ይችላል ነገን ግን ከአባቱ ጋር ያለውን ዝምድና ሊያጠፋ አይችልም::

ከዚዜ በኃላም ማንነቱን ሊጠይቅ ይችላል:: ሲመለስም "እኔ የእከሌ ልጅ ነኝ ማለቱ የማይቀር ነው::" ይህም ዝምድና ሊሰበር አይችልም:: እኛም ሁላችን የዓብዬ የመንግስተ ሰማያት ጌታ ልጆች ነን:: ይህም ከጌታ ጋር ያለን ዝምድና የዘለዓለም ነው:: ቢሆንም ግን በአሁኑ በቁሳዊ ዓለም ህይወታችን ይህንን ዘንግተነው እንገኛለን::

ሽሪ ክርሽና ፍቱም የላቀ ሀያል፣ የላቀ ዝና፣ የላቀ ሀብት፣ የላቀ ቁንጅና፣ የላቀ እውቀት ያለው ነው:: እንዲሁም ፍጹም የቁሳዊ ዓለም ገለልተኛነት ባህሪ አለው:: እኛም ምንም እንኳን ከእርሱ ጋር ቅርብ የሆነ ጓደኛነት ቢኖረንም ይህንን ዘንግተነዋል:: አንድ የሀብታም ሰው ልጅ አባቱን ረስቶ እና ቤቱን ለቅቆ ወደ እብድነት ቢቀየር መንገድ ላይ በመጋደም ሲተኛ ሊገኝ ይችላል:: ወይም ደግሞ

ለምግቡ ሲለምን ይገኝ ይሆናል፡፡ ይህም ሁሉ የሚከሰተው ሀብታም አባቱን ከዶ በመሄዱና በመዘንጋቱ ነው፡፡ በዚህም ጊዜ አንድ ሰው እንዲህ የሚሰቃየው የአባቱን ቤት ጥሎ በመሄዱ እና አባቱን በመዘንጋቱ ስለመሆኑ ቢያስረዳው ወይም አባቱ ሀብታም እና ግዙፍ ቤት እንዳለው ገልፃ ወደ አባቱ እንዲመለስ ቢመራው ይህ ሰው ጠቃሚ እና በጉ አድራጎታዊ ባሀሪ አለው እንላለን፡፡

በዚህ ቁሳዊ ዓለም ውስጥ በሶስት ዓይነት መከራዎች ስንሰቃይ እንገኛለን፡፡ እነዚህም መከራዎች ከእራሱ ከገላችን እና ከህሳባችን የሚመነጩ፤ ከሌሎች ፍጥረታት የሚመነጩ እና ከተፈጥሮ አደጋዎች የሚመነጩ መከራዎች ናቸው፡፡ ነገር ግን በቁሳዊው ዓለም ምተህት ውስጥ ተጠምደን ስለምንገኝ እነዚህን መከራዎች ብዙውን ጊዜ አስተውለን አሰላስለናቸው አናውቅም፡፡ ቢሆንም ግን በዚህ ቁሳዊ ምድር ሁልጊዜ በሚፈራራቅ መከራዎች ውስጥ እንደምንገኝ መገንዘብ ይኖርብናል፡፡ አንድ ብቁ የሆነ ንቃት ያለው አዋቂ ሰው ለምን ሁል ጊዜ በመከራ ውስጥ እንደተጠመደ መጠየቅ ይገባዋል፡፡ "መከራ እንዲመጣብኝ አልፈልግም፡፡ ለምንድነው ሁልጊዜ የምሰቃየው?" ይህም ዓይነት ጥያቄ በአዕምሮዎችን ውስጥ ሲቀረፅ የክርሽናን ንቃታችንን ለማዳበር አመቺ ያደርገዋል፡፡

ሙሉ ልቦናችንንም ለሽሪ ክርሽና ስንሰዋ ክርሽናም በአክብሮት ይቀበለናል፡፡ ይህም ከአባቱ ቤት ጠፍቶ እንደተመለሰ ልጅ ሆና ይመሰላል፡፡ "አባቴ ሆይ በእኔ እና በአንተ ባለመግባባት ምክንያት ያንተን ጠለላ ትቼ በመሄዶ ብዙ መከራ ደርሶብኝ ነበር፡፡ አሁን ግን ወደ አንተው ተመልሻለሁ፡፡" አባቱም ልጁን እቅፍ አድርጎ በመቀበል እንዲህ ይለዋል፡፡ "ልጄ ሆይ ወዲህ ቅረብልኝ፡፡ ከእኔ ርቀህ በመሄድህም ለዚህ ያህል ቀናት በብዙ ሀሳብ እና ጭንቀት ተጠምጄ ነበር፡፡ አሁን ግን በመመለስህ በጣም ደስተኛ ነኝ፡፡" አባት በዚህ መንገድ ሩህሩህነቱን ለልጁ ያሳየዋል፡፡ እኛም ፍጥረታት ሁሉ ይህንን በመሰለ ዓይነት ሁኔታ ላይ እንገኛለን፡፡ ማድረግ የሚገባንም ሙሉ ልቦናችንን ለሽሪ ክርሽና በመስጠት እርሱን ማገልገል ነው፡፡ ይህም አስቸጋሪ አይደለም፡፡ ልጁስ ወደ አባቱ ሲመለስ አስቸጋሪ ስራ ሆና አግኝቶታል? ይህም በተፈጥሮ ያለ ነው፡፡ አባት ሁልጊዜ ልጁን ለመቀበል ዝግጁ ነው፡፡ ምንም ዓይነት ውርደትም የለውም፡፡ እራሳችንን ዝቅ አድርገን የአብዩን የመላእክት ጌታ እግሮች በአክብሮት ብንነካ ምንም ጉዳት አይኖረውም፤ አስቸጋሪም አይደለም፡፡ እንዲያውም ይህ ግርማ ሞገስ ያለው

መንፈሳዊ አንደበት ነው፡፡ ለምንስ አናደርገውም? ሙሉ ልቦናችንን ለሽሪ ክርሽና በማቅረብ ወዲያውኑ በእርሱ ጠለላ ውስጥ ገብተን ከመከራዎች ሁሉ ለመዳን እንበቃለን፡፡ ይህም በሁሉም የቬዲክ ስነጽሁፎች ተረጋግጦልናል፡፡ በብሀገቨድ ጊታም መጨረሻ ላይ ሽሪ ክርሽና እንደዚህ ብሎ ገልጾልናል፡፡

ሳርቫ ድሀርማን ፓሪትያጃ ማም ኤካም ሻራናም ቭራጃ
አህም ትቫም ሳርቫ ፓፔብህዮ ሞክሻዪሽያሚ ማ ሱቻህ

"ማናቸውንም ዓይነት የተለያዩ እምነቶች እና ሀይማኖቶች ሁሉ እርግፍ አድርገህ በመተው ሙሉ ልቦናህን ለእኔ አቅርብ፡፡ እኔም ከማናቸውም ዓይነት የሀጥያት ውጤቶች አድንሀለሁ፡፡ ስለዚህም ምንም ዓይነት ፍርሀት አንዳይሰማህ፡፡" (ብጊ፡ 18.66)

እራሳችንን ከዓብዩ የመላእክት ጌታ እግር ስር ስናቀርብ ወዲያውኑ በእርሱ ድጋፍ እና ጠለላ ስር እንሆናለን፡፡ ከዚያም ጊዜ በኋላ ምንም ዓይነት ፍርሀት ሊኖረን አይገባም፡፡ ልጆች በወላጆቻቸው ጠለላ ስር ሲሆኑ ምንም ዓይነት ፍርሀት ሊኖራቸው አይችልም ምክንያቱም ወላጆቻቸው ልጆቹ እንዳይጠቁ ስለሚጠባበቋቸው ነው፡፡ "ማም ኤቫዬ ፕረፓድያንቴ" ክርሽና ቃሉን እንደሰጠው ሁሉ ማንም ሰው ልቦናውን ለክርሽና የሰጠ ከሆነ ምንም ዓይነት ፍርሀት ሊኖረው አይችልም፡፡

ይህስ ለክርሽና ልቦናችንን መስጠት ቀላል ነገር ከሆነ ለምን ሰዎች ልቦናቸውን አይሰጡም? ይህንን ከማድረግም ተቆጥበው ፈጣሪ አምላክም የለም ብለው የሚከራከሩ ብዙ ሰዎች አሉ፡፡ ተፈጥሮ እና ሳይንስ ብቻ እንጂ ፈጣሪ አምላክ የለም ብለው የሚያያምኑ ብዙ አሉ፡፡ የተሳሳተ የሳይንሳዊ እውቀት መዳበር እና በቁሳዊው ዓለም የሚገኙት የህብረተሰቡ ዓለማዊ አመለካከት ህዝብን ወደ ተሳሳተ መንገድ እና ወደ እብደት ፈለግ እየመራው ነው፡፡

ከተፈጥሮ በሸታም እንደመዳን ወደተበከለ አንደበት በመስመጥ ላይ እንገኛለን፡፡ ሰዎች በፈጣሪ አምላክ ማመን ትተው ወደ ቁሳዊው ዓለም ደስታ ማተኮርም ጀምረዋል፡፡ የተፈጥሮም ስራ ፍጥረታትን ሁሉ በእነዚህ በሶስቱ የመከራ ዓይነቶች እያፈራረቀች እንደሚገባው ማስታየት ነው፡፡ እነዚህንም ሶስት

ዓይነት መከራ እና ስቃዮች ተፈጥሮ 24 ሰዓት ሙሉ ስታስተዳድር ትገኛለች።
ቢሆንም ግን እኛም እነዚህን መከራዎች በጣም በመላመዳችን የተነሳ ተቀብለነው
በመገናት "ተፈጥሮ ያመጣው ጣጣ ነው" በማለት እንገናለን። ባለንም የቁሳዊ
ዓለም እውቀት በጣም ኮርተን እንገኛለን። እንዲህም እናስባለን "ተፈጥሮ ሆይ
የምቋቋመውን መከራ ስላሳየሽኝ ምስጋናዬን አቀርብልሻለሁ። እንደዚሁም
ቀጥይበት" ብለን በመታለል ላይ እንገኛለን። እንደዚህም በማሰብ የተፈጥሮን
መከራዎች ሁሉ የተቋቋምን ይመስለናል። ይህስ እንዴት ሊሆን ይችላል። ምንም
እንኳን የተለያዩ መከራዎችን ለመቋቋም ብንችልም ተፈጥሮ በአራቱ መከራዎች
ሁሌ እንዳሸነፈችን ትገኛለች። እነዚህም መወለድ፣ መታመም፣ ማርጀት፣ እና
መሞት ናቸው። እነዚህንስ መከራዎች ለመቋቋም ወይም ለማጥፋት የቻለ ሰው
በዓለም ላይ ይገኛል? ታድያ በእውቀት እና በስልጣኔ ምን ዓይነት ብልፅግና
ውስጥ ነው የምንገኘው? የምንገኘውም በቁሳዊው ዓለም ህግጋት ተጠፍረን
እና ታስረን ነው። ቢሆንም ግን የተፈጥሮን መከራዎች እያሸነፍን ነው በማለት
እራሳችንን በማታለል ላይ እንገኛለን። ይህም "ማያ" ይባላል።

ለዚህም ለገላችን አባት ለዓብዬ ጌታ ሙሉ ልቦናችንን ለመስጠት ያስቸግረን
ይሆናል። ይህም በቁ ያልሆነ እውቀት ስላለን ወይም መንፈሳዊ ሀይል ስለሚጉለን
ሊሆን ይችላል። ቢሆንም ግን ክርሽና በምድር ላይ እንደሚገኝ ተራ የሆነ አባት
አይደለም። ክርሽና ወሰን የሌለው ሙሉ እውቀት ያለው፣ ሙሉ ሀይል፣ ሀብት፣
ቁንጅና፣ ዝና ያለው እና ከዚህ ቁሳዊ ዓለም ጉጉት እርግፍ ያለ እንደበት ያለው
ነው። ታድያ እራሳችንን እንደ እድለኞች በመቁጠር ወደእዚህ ዓይነቱ አባታችን
በመሄድ የእርሱ ሀብት ወራሾች እና ተደሳቾች መሆን አይገባንም? ይህም ሆኖ
በቁሳዊው ዓለም ምትህት ስር ስለተጠመድን ማንም ሰው ቢሆንግድ የማይሰጠው
ይመስላል። እንዲያውም ፈጣሪ አምላክ የለም በማለት እንሰብካለን።
ለምንድነው እንዲህ ዓይነት ሰዎች ዓብዬ ጌታን ለመቀረብ የማይሹት? ይህም
በብህገ ሽድ ጌታ ውስጥ በሚቀጥለው ጥቅስ ተጠቅሷል።

ናማም ዱስከሪቲኖ ሙድሃህ ፕራፓድያንቴ ናራድህማህ
ማያያፓሀርታ ግያና አሹራም ብህሻም አሽሪታህ

"እንዚያ ህብረተሰቡን የሚያወኩ፥ በምኞነት የሰመጡ፥ ከሰው ልጆች ሁሉ የበታች የሆኑ፥ እውቀታቸውም በቁሳዊ ዓለም የሀሰት ራዕይ የተወሰደባቸው፥ የአማኝነት አንደበት የሌላቸውና የከሃዲ አንደበት ያላቸው ሁሉ ለእኔ ሙሉ ልቦናቸውን ለመስጠት ያዳግታቸዋል::" (ብኪ: 7.15)

ይህንንም በመሰለ ትንተና ሞኞች የሆኑ ሁሉ በዚህ መድረክ ላይ ተመድበው ይገኛሉ:: "ዱስክሪቲ" የሚባሉት ከቅዱስ መጸሀፍቶች ውጪ ወይም ከአምላክ ፍቃድ በተቃረነ መንገድ መኖር የሚሹ ማለት ነው:: የዚህም የአሁኑ እምነት የጉደለው የቁሳዊ ዓለም ስልጣኔ የተመሰረተው እንዚህን የቅዱስ መጻህፍትን ትእዛዞች በመቃረን ነው:: ፃድቅ ሰው እንዚህን ትእዛዞች አይቃረንም:: እንዚህን ፃድቃኖች "ሱክርቲ" ከከሃዲያቹ ወይም "ዱስክርቲ" የሚለይ ህግ መኖር አለበት:: እያንዳንዱ የሰለጠነ ሕብረተሰብም የሚከተለው ቅዱስ ስነፅሁፎች አሉት:: የክርስትና፥ የሂንዱ፥ የእስልምና ወይም የቡድህዎች ቅዱስ ስነጽሁፎች ይኖራሉ:: ዋናው መሰረታዊ ነጥቡ ግን እነዚህ ቅዱስ መጻህፍቶች ለህብረተሰቡ ቀርበው ይገኛሉ:: እንዚህንም ቅዱስ መጻህፍቶች የማይከተል እንደ አፈንጋጭ ሆኖ ይታያል::

በዚህ ጥቅስ ውስጥም በሌላው ክፍያ የተጠቀሰው ደግሞ "ሙኅ" ነው:: ይህም አንደኛ ደረጃ ሞኝነት የሞላበት ማለት ነው:: "ናራድህማ" ማለት ደግሞ በህብረተሰቡ ውስጥ ዝቅተኛው ማለት ነው:: "ማያያ ፓህርታ ግያና" ማለት ደግሞ እውቀቱ በ "ማያ" ወይም በቁሳዊው ዓለም ምትሃት የተወሰደበት ማለት ነው:: "አሹራም ብቫኅም አሽሪታህ" ማለት ደግሞ የለየላቸው ከሃዲያን ማለት ነው::

ምንም አንኳን ለአባታችንን ሙሉ ልቦናችንን መስጠት ምንም ጉዳት ባይኖረውም ይህንን የመሰለ የከሃዲ አንደበት ያላቸው ሰዎች ልቦናቸው ለመስጠት ምንም ፍላጎት የላቸውም:: በዚህም ምክንያት እነደዚህ ዓይነት ፍጥረታት ሁሉ በትእይንተ ዓለም ውስጥ በሚገኙት የዓብዮ ጌታ አስተዳዳሪዎች መድረክ ላይ ለፍርድ ሲቀርቡ ይገኛሉ::

በጥፋታቸውም ከፉና ሲቀጡ እና ሲሰቃዩ ይገኛሉ:: ልክ ወላድ አባት አጥፊ ልጁን እንደሚቀጣው ተፈጥሮም ከሃዲያንን የመቅጣት ስርዓት አላት:: ይሁንም እንጂ በንቃታችን እንድንዳብር ተፈጥሮ ብዙ ነገር እንደ ምግብ እና በቀን በቀን የሚያስፈልገንን ነገሮች ሁሉ ስታቀርብልን ትገኛለች:: ይህም ሁሉ ነገር

የቀርበልን በሀብት የበለፀገው የአባታችን ልጆች በመሆናችን ነው:: ይህም የሸሪ ክርሽናን ሩህሩህነት ያሳየናል:: ምንም እንኳን እኛ ሙሉ ልቦናችንን ያልሰጠነው ቢሆንም እርሱ ሁሉን አቅርበልን ይገኛል:: ይህንንም ዓይነት አስፈላጊ ነገሮችን ዓብዮ አምላክ በተፈጥሮ አማካኝነት ቢያቀርብልንም "ዱስክርቲ" የምንላቸው ምንም ልቦናቸውን ለመስጠት ፍላጎት የላቸውም:: በቅዱስ መፃህፍትም የተደነገገውን ትእዛዝ ለመከተል አይሹም:: ተደጋግሞ ከቅጣቱም የማያማር ሰው እንደ ሞኝ ይቆጠራል:: ይህንንም ብርቅ የሰው ትውልድ ይዞ ሸሪ ክርሽናን ለመረዳት የማይጥር ሰው ከሰዎች ሁሉ እንደ ዝቅተኛ ሆኖ ይቆጠራል::

እንስሶች ይበላሉ፤ ይተኛሉ፤ እራሳቸውንም ከአደጋ ይከላከላሉ እንዲሁም በወሲብ ሲሰማሩ ይታያሉ:: ከፍ ያለ መንፈሳዊ ንቃትን ለማዳበር ብቁ ግን አይደሉም:: ምክንያቱም ይህ ዕድል ለሰው እንጂ ለዝቅተኛ ፍጥረታት የተሰጠ አይደለም:: የሰው ልጅም ከፍ ያለ መንፈሳዊ ንቃቱን የማዳበር ዕድሉን የማይጠቀምበት ከሆነ እና ጊዜውን ሁሉ እንደ እንስሶች ካባከነ በሚቀጥለው ሕይወቱ ሰው የመሆን የወደፊት ዕድሉን አጥቶ እንስሳ ወደ መሆን ትውልድ በመዘጋጀት ላይ ይገኛል:: በዓብዮ የሸሪ ክርሽና በረከት ይህን የመሰለ የሰው ልጅ ገላ እና አዕምሮ ተስጥቶናል:: ነገር ግን የተሰጠበትን ዓላማ ካላሟላንበት ለምን ሸሪ ክርሽና ይህንን ዓይነት ገላ እንደገና እንዲሰጠን እንፈልጋለን? መገንዘብ የሚኖርብን ነገር ቢኖር ይህ የሰው ልጅ ገላ የመያዝ ዕድል የገጠመን ከብዙ ሚሊዮን ትውልዶች በኋላ ነው:: ይህም የሰው ትውልድ የሚሰጠን ዕድል ከነዚህ ከስምንት ሚሊዮን በላይ ከሚሆኑ የተለያዩ ፍጥረታት ተደጋጋሚ ትውልድ እና ሞት ነፃ እንድንሆን ነው:: ይህም ዕድል የተሰጠን በሸሪ ክርሽና ነው:: ይህንንም በቀላሉ የማይገኝ ዕድል ካልተጠቀምንበት ከሰው ልጅ አስተሳሰብ በታች እንደሆንን አይቆጠርም? አንድ ሰው ከዩኒቨርስቲ በባችለር ወይም በዶክትሬት ዲግሪ ተመርቆ ይሆናል:: ቢሆንም ግን እንደፍላጎቱ የቁሳዊው ዓለም የምትሀት ሀይል አዕምሮውን ለተራ ዓለማዊ ኑሮ እንዲያውለው ያደርገዋል:: አዕምሮው የዳበረ አዋቂ ሰው ግን አዕምሮውን የሚጠቀምበት የእራሱ ማንነት ምን እንደሆነ ለመረዳት፤ ዓብዮ የመላእክት ጌታ ማን እንደሆን ለማወቅ፤ ይህ ቁሳዊ ዓለም መሰረቱ ምን እንደሆነ ለመገንዘብ፤ ለምንስ በዚህ ቁሳዊ ዓለም ውስጥ ለስቃይ እንደተጋለጥን እና ለዚህስ ስቃይ ዘለዓለማዊው መፍትሄው ምን እንደሆነ ለመመርመር ነው::

አዕምሮአችንን የተሸከርካሪ መኪና ለማያምረት ወይም ስሜቶቻችንን ለማርካት ሬድዮ እና ቴሌቪዥን ለማያምረት እንጠቀምበት ይሆናል። ቢሆንም ግን መረዳት የሚገባን ነገር ቢኖር ይህ ዓይነቱ እውቀት ፍጹም የሆነ እውቀት አይደለም። እንዲያውም ይሄ በዚህ ዓይነት መንገድ የተሰማራው አዕምሮ የተዘረፈ ወይም የተሰረቀ አዕምሮ ነው። በተፈጥሮ አዕምሮ ለሰው ልጅ የተሰጠው የቁሳዊ ዓለም ችግሮችን እንዲረዳበት እና መፍትሄውን እንዲሻበት ሲሆን በተቃራኒ ግን አዕምሮ አለቦታው ተሰማርቶ እናየዋለን። ሰዎች መኪና በማያምረት እና በመንዳት እውቀት ያገኙ ይመስላቸዋል። ነገር ግን መኪና ከመመረቱ በፊትም የሰው ልጅ ከአንዱ ቦታ ወደ ሌላው እንደልቡ የመዘዋወር ሀይል ነበረው። በእርግጥ የመንጃንጃ አቅሙ እየጨመረ መጥቷል። ቢሆንም ግን ይኸው አቅም እንደ አየር የመበከል እና የመንገድ መተናነቅን የመሰለ ችግሮች አስከትሏል። ይህም "ማያ" ይባላል። ብዙ ነገሮችን በቁሳዊው ዓለም ውስጥ በመፍጠር ላይ እንገኛለን። ነገር ግን እነዚሁ የምንፈጥራቸው ቁሳዊ ምርቶች ሁሉ ብዙ ችግሮችን እያስከተሉብንም ይገኛሉ።

በእንደዚህ ዓይነቶች ብዙ ዓይነት ቁሳዊ ፈጠራዎች ህይላችንን ከምናባክን አዕምሮዋችንን ማን እንደሆንን እና ምን እንደሆንን ለመረዳት መጠቀም ይገባናል። ማናችንም ብንሆን ስቃይ አንወድም። ስለዚህም ይህ የዚህ ቁሳዊ ዓለም ስቃይ በእኛ ላይ ለምን በግድ እንደሚከስት መመራመር ይገባናል። እውቀት እውቀት እያልንም የአቶሚክ ቦንብን ለመፍጠር በቅተናል። በዚህም እውቀታችን ከፍተኛ ቁጥር ያላቸውን ፍጥረታትን በአጭር ጊዜ ለማጥደም የመቻሉን ሀይል አግኝተናል። ይህም እንደ ታላቅ የእውቀት እርምጃ ታይቶ በከፍተኛ ኩራት ላይ እንገኛለን። ትከከለኛ እውቀት አገኘን ለማለት የምንችለው ግን ሞትን ከማምጣት ይልቅ ሞትን ማቆም ነው። ሞት በዚህ ቁሳዊ ዓለም ውስጥ ያለ ነገር ነው። እውቀታችንን ግን ይህንኑ ሞት በአንድ በተጋላ ቦንብ ብዙሀንን በማጥፋት ስንጠቀምበት እንታያለን። ይህም "ማያያፓህርታ ግያና" ተብሎ ይታወቃል። ይህም ማለት በምትህት ተቀዘሮ የተወሰደ እውቀት ማለት ነው።

ከሀዲዋች እና ሰይጣናዊ አንደበት ያላቸው ሁሉ ዓብዩ አምላክን ሲቃቁሙ እናያቸዋለን። እርሱም ዓብዩ እና አፍቃሪ አባታችን ባይሆን ኖሮ የተጣት የፀሀይ ጮራን ለማየት አንበቃም ነበር። ታድያ ዓብዩ የመንግስተ ሰማያት ጌታን

መቋቋም ምን ፋይዳ ይኖረዋል? በቬዲክ ስነፅሁፍ ውስጥ እንደተጠቀሰው ሁለት ዓይነት ሰዎች አሉ:: እነዚህም "ዴቫ" እና "አሱራ" ወይም የመላእክት መንፈስ ያላቸው እና የከሀዲነት መንፈስ ያላቸው ናቸው:: እነዚህስ የመላእክት መንፈስ ያላቸው እነማን ናቸው? የዓብዩ የመላእክት ጌታ አገልጋዮች ሁሉ "ዴቫ" ተብለው ይታወቃሉ:: ምክንያቱም ባህርያቸው እንደ ዓብዩ አምላክ ስለሆነ ነው:: ነገር ግን የዓብዩ አምላክን ስልጣን የማያከብሩ "አሱራ" ወይም ሰይጣናት ይባላሉ:: እነዚህ ሁለት ዓይነት ወገኖች በሰው ልጆች ዘንድ ለዘመናት አብረው ሲኖሩ የቆዩ ናቸው::

ለሼሪ ክርሽና ሙሉ ልቦናቸውን የማይሰጡ አራት ዓይነት ሰዎች አሉ:: እንደዚሁም ሁሉ ሙሉ ልቦናቸውን ለዓብዩ የመንግስተ ሰማያት ጌታ ለመስጠት የሚችሉ አራት ዓይነት ሰዎች ይገኛሉ:: እነዚህም በብሀገቨድ ጊታ ውስጥ ተጠቅሰዋል::

ቻቱር ቪ.ድህ ብህጃንቴ ማም ግያና ሱ·ክርርቲኖ አርጁና
አርቶ ጂግናሱር አርትሀርትሂ ግያኒ ቻ ብህረታርሻበህ

"ኦ ከብህረታዎች ሁሉ ምርጥ የሆንከው አርጁና ሀይ አራት ዓይነት በረከት የሞላባቸው ሰዎች ለእኔ ልቦናቸውን ሰጥተው ሲያገለግሉኝ ይገኛሉ:: እነዚህም የተጨነቁ፤ ሀብት ፈላጊዎች፤ ተመራማሪዎች፤ እና ፍጹም የሆነውን እውቀት ለማግኘት የሚሹ ናቸው::" (ብጊ: 7.16)

ይህ ቁሳዊ ዓለም ብዙ መከራ እና ጭንቀት የሞላበት ዓለም ነው:: ይህም መከራ እና ስቃይ በረከት ያለውንም ሆነ በረከት የሌለውን ወይም ድሀውን እና ሀብታሙን ሲያጠቃ ይታያል:: የክረምት ቅዝቃዜ ሁሉን በእኩል ሲያጠቃ ይገኛል:: ክረምት በረከት ላለው ወይም ለሌለው ድሀ ወይም ሀብታም ብሎ አይለይም:: በረከት ያለው እና በረከት የሌለው ሰው ልዩነቱ ግን በረከት ያለው ሰው በችግሩ ጊዜ ሁልጊዜ ዓብዩ የመላእክት ጌታን አስታውሶ ይፀልያል:: ብዙውን ጊዜ እንደምናየው አንድ ሰው በጭንቀት ላይ ሲሆን ወደ ቤተክርስቲያን ሄዶ ይፀልያል:: "ጌታዬ ሀይ በጠና ችግር ላይ ስለወደቅሁ እባከህ እርዳኝ" ብሎ ይፀልያል:: ምንም እንኳን ይህ ሰው ለዓለማዊ ጥቅም ወደ ዓብዩ ጌታ ይቅረብ

እንጂ በችግሩ ጊዜ ወደ ፈጣሪ በመቅረቡ በረከት እንደአለው ሰው ይቆጠራል፡፡ እንደዚሁም ሁሉ አንድ ድሀ ወደ ቤት ክርስቲያን ሄዶ ሊፀልይ ይችላል፡፡ "ጌታዬ ሆይ አባክህ ሀብቱን ስጠኝ፡" እንደዚሁም ሁሉ ተመራማሪዎች እና ዕምሮ ያላቸው ተፈጥሮን ለመረዳት ሁሌ ምርምር እንደአደረጉ ነው፡፡ "ፈጣሪ አምላክ ማነው?" ብለው በመጠይቅ ሳይንሳዊ ምርምር ሊያደርጉ ይችላሉ፡፡ እነዚህም በረከት እንዳላቸው ይቆጠራሉ፡፡ ምክንያቱም ምርምራቸው ፈጣሪ አምላክን ለማወቅ ስለሆነ ነው፡፡ በእውቀት ላይ ያለ ሰው "ግያኒ" ተብሎ ይታወቃል፡፡ ይህም ሰው ፍጹም ማንነቱን በትክክል የተረዳ ሰው ነው፡፡ ይህም ዓይነት "ግያኒ" የአብዮን ጌታ ስብአዊነት በትክክል ላይረዳ ይችላል፡፡ ቢሆንም ግን የዓብዩ የመላእክት ጌታን ጠለላ በመቅረቡ በረከት እንደ አለው ሰው ተቆጥሮ ይታያል፡፡ እነዚህ አራት ዓይነት ሰዎች "ሱክርቲ" ወይም በረከት ያላቸው ሰዎች እንደሆኑ ይታወቃሉ፡፡ ምክንያቱም ሁሉም በተለያየ መንገድ ዓብዩ አምላክን በመቅረብ ላይ ስለሚገኙ ነው፡፡

ቴሻም ግያኒ ኒትያ ዮክታ ኤካ ብህከቲር ቪሺሽያቴ
ፕሪዮሂ ግያኒኖ ትያርትህም አህም ሳ ቻ ማማ ፕሪያህ

"ከእነዚህም ዓይነት ሁሉ አዋቂ የሆነው፣ አንደበቱ በፍጹም እውቀት የተሞላው ሰው እና በሙሉ ልቦናው እኔን በማገልገል ከእኔ ጋር ቀርቦ የሚገኘው ሰው ከሁሉም በላይ ሆኖ ይገኛል፡፡ እኔም ለእርሱ በጣም ተወዳጅ ነኝ፡፡ እርሱም ለእኔ በጣም ተወዳጅ ነው፡፡" (ብጊ: 7.17)

ከእነዚህም ከአራት አይነቱ ሰዎች መሀከል ዓብዩ አምላክን በፍልስፍና ጥረት ለመረዳት የሚጥር ሰው እና የክርሸና ንቃቱን ለማዳበር የሚሻ ሰው "ቪሺሽያቴ" ይባላል. ወይም ለዚህ ንቃት በጥሩ ደረጃ ዝግጁ እንደሆነ ሰው ይቆጠራል፡፡ ሸሪ ክርሸናም እንደገለፀው እንደዚህ ዓይነት ሰው ወዳጁ እንደሆነ ገልጿል፡፡ ምክንያቱም የክርሸና ንቃቱን ከማዳበር ሌላ የተለየ ፍላጎት ስለሌለው ነው፡፡ ሌሎቹ ግን በዝቅተኛነት ይታያሉ፡፡

በዓለም ላይ ማናቸውንም ነገር ለማግኘት ብለን ለፈጣሪ መፀለይ አይገባንም፡፡ ይህንንም የሚያደርግ ሰው እንደተሞኘ ሰው ይቆጠራል፡፡ ምክንያቱም ሁሉን

የሚያውቀው ፈጣሪ አምላክ በልባችን ውስጥ እንደሆነ እና በጭንቀትም ላይ ሆነን ወይም ህብትን የምንፈልግ መሆኑን በግልጽ ስለሚረዳ ነው:: አዋቂው ሰው ግን ይህንን በትክክል ስለሚረዳ ከጭንቀቱ ለመራቅ ፀሎት ሲያደርግ አይገኝም:: የፀሎቱ ትኩረት ግን ዓብዪ የመላእክት ጌታን ማመስገን እና እንዴትስ ህያል እንደሆነ ለሌሎች በማወደስ መገኘት ነው:: ለግል ጥቅሙ፣ ለእለት እንጀራው፣ ለክዳን ወይም ለመጠለያው ብሎ ሲፀልይ አይገኝም::

በንጹህ ልቦናው የሚያገለግል ሰው ሲፀልይ እንዲህ ይላል "ውድ ጌታዬ ሆይ ይህ ሁሉ የሚፈፀመው በሩህሩህነትህ ነው:: በጭንቀት ውስጥም ያስገባኸኝ ልታስተምረኝ እና ልታድነኝ ነው:: ከዚህም የበለጠ መከራ እና ስቃይ ውስጥ መውደቅ ይገባኝ ነበረ:: ነገር ግን በሩህሩህነትህ ይህ መከራ እና ስቃይ እንዲቀልልኝ አድርገህልኛል::" የትሁት አገልጋይ እና የማይረበሸው ንፁህ አገልጋይ አንደት እንዲህ ይመስላል::

አንድ ሰው ሙሉ ልቦናውን በክርሽና ንቃት ካዳበረ ለቁሳዊው ዓለም ጭንቀት፣ ውርደት ወይም ክብር ማጣት ምንም ግድ አይሰጠውም:: ምክንያቱም ከዚህ ሁሉ ርቆ ስለሚገኝ ነው:: እነዚህም ሁሉ ጭንቀቶች፣ ውርደት ወይም ክብር ማጣት የተያያዙት ከቁሳዊው ገላው ጋር ስለሆነ እና እርሱም ቁሳዊ ገላው እንዳልሆነ ስለሚረዳ ነው:: ለምሳሌ ሶቅራጥስ ስለ ነፍስ ዘለዓለማዊነት የተረዳ ሰው ነበረ:: ሞትም ከተፈረደበት በኋላ እንዴት ተደርጎ መቀበር እንደሚፈልግ ጠይቀውት ነበረ:: እርሱም ሲመልስላቸው "በመጀመሪያ ደረጃ ልትይዙኝ ያስፈልጋችኋል ብሎ መለሰላቸው" ይህም የሚያሳየን አንድ ሰው ገላው አለመሆኑን በትክክል ከተረዳ በሞት ጊዜ ምንም ሊረበሽ አይችልም:: ምክንያቱም ነፍስ ለመያዝ እንደማትቻል፣ ልትገረፍ፣ ልትገደል ወይም ልትቀበር እንደማትችል ስለሚያውቅ ነው:: አንድ ሰው በክርሽና ንቃት እና ሳይንስ እውቀቱ የዳበረ ከሆነ እርሱ ገላው እንደአልሆነ እና የክርሽና ወገን እና ቅንጣሪ አካል መሆኑን የተረዳ ነው:: ትክክለኛ ግኑኝነቱም ከክርሽና ጋር እንደሆነ የተገነዘበ ነው:: ምንም እንኳን ነፍሱ በዚህ ጊዜያዊ ቁሳዊ አካል ውስጥ ተጠምዳ ብትገኝም ከሶስቱ የቁሳዊ ዓለም ባህሪያቶች ተወግዶ መኖር እንደሚገባው የተረዳ ነው:: በሶስቱ የቁሳዊ ዓለም ባህሪያት የተጠቃ አይደለም:: ማለትም የጥሩ ባህርይ፣ ረጋ ያለ መንፈስ የሌለው እና የድንቁርና መንፈስ ላይ ያለ ሰው ሲሆን የእርሱ ባህር

ግን ክርሽናን ማገልገል ብቻ ሆና ይገኛል:: አንድ ይህንን በትክክል የተረዳ ሰው "ጊያኒ" ወይም አዋቂ ሰው ይባላል:: እርሱም ለክርሽና በጣም ውድ ሆና ይገኛል:: በጭንቀት ላይ ያለ ሰው ህብት ሲያገኝ ዓብዩ ፈጣሪ ጌታን ይረሳ ይሆናል:: ጊያኒ ግን ዓብዩ አምላክን በትክክል የተረዳ ስለሆነ በምቾትም ላይም ሆነ አገልጋይ መሆኑን ፈጽሞ አይረሳም::

በዓብዩ አምላክ ሰብአዊነት የማያምኑ የተለዩ የጊያኒ ወገኖች አሉ:: እነርሱም የሰብአዊ ቅርጽ የሌለው አምላክን ለማምለክ አስቸጋሪ ስለሚሆን የአምላክን ቅርጽ በህሳባችን መፍጠር አለብን ብለው ያምናሉ:: እነዚህም በሞኝነት የተመሩ እንጂ ትክክለኛ ጊያኒዎች አይደሉም:: ማንም ሰው የህያሉ የዓብዩ አምላክን ቅርጽ በህሳቡ መፍጠር አይችልም:: አንድ ሰው የመሰለውን በህሳቡ መቅረጽ ይችላል ነገር ግን ይህ ግምታዊ እንጂ ፍጹም የሆነው የዓብዩ አምላክ ቅርጽ ሊሆን አይችልም:: በዚህ ዓለም ላይ አንዳንድ ሰዎች የዓብዩ አምላክን ቅርጽ በህሳባቸው ሲገምቱ ይገኛሉ:: ሌሎች ሰዎች ደግሞ ዓብዩ አምላክ ምንም ቅርጽ የለውም ብለው ይሟገታሉ:: እነዚህ ሁለቱም ዓይነት ሰዎች ጊያኒ ተብለው ሊታወቁ አይችሉም:: የዓብዩ ፈጣሪ አምላክን ቅርጽ ገምተው የሚያሰላስሉ "አይኮኖክላስትስ" ተብለው ይታወቃሉ:: በህንድ አገር በሂንዱ እና በእስላሞች መካከል በነበረው የረብሻ ጊዜ ሂንዱዎች ወደ መስጊድ በመሄድ ጥፋት ያደርሱ ነበር:: እስላሞችም እንደዚሁ ወደ ሂንዱ ቤተ መስቀዶች በመሄድ የአምላክን ቅርጾች እና ምስሎች ሁሉ ያወድሙ ነበር:: በዚህም መንገድ ሁለቱም የሂዱን ማምለኪያ ወይም የእስልምናን ማምለኪያ አወደምነው በማለት ያስቡ ነበር:: እንደዚህም ሁሉ በማህተም ጋንዲ የትግል እንቅስቃሴ ጊዜ ብዙ ሰዎች በመንገድ ይገኙ የነበረቱን የፖስታ ሳጥኖች እየዘሩ ያወድሟቸው ነበር:: በዚህም መንገድ እነዚህ ሰዎች የመንግስትን የፖስታ ድርጅት አፈረስን ብለው ያስቡ ነበር:: እንዲህ ዓይነት አስተሳሰብ ያላቸው ሰዎች ጊያኒ ተብለው ሊታወቁ አይችሉም:: ይህ በእስልምናና፣ በሂንዱ፣ በክርስትና እና ክርስቲያን ባልሆኑ መካከል ያለው ግጭት እና ብጥብጥ በድንቁርና ህልውና ላይ የተመሰረተ አስተሳሰብ ነው:: አንድ ንዱህ እውቀት ያለው ሰው ወይም ጊያኒ ዓብዩ የመላእክት ጌታ ወይም ፈጣሪ አንድ ብቻ እንደሆነ የተረዳ ሰው ነው:: የእስላም ፈጣሪ አምላክ የሂንዱ ወይም የክርስትና ፈጣሪ አምላክ ብሎ ነገር የለም:: ይህ በድንቁርና የተመሰረተ

የሰው ልጅ ፈጣራ ነው:: ትክክለኛው አዋቂ ሰው ዓብዮ አምላክ አንድ አብይ
መንፈሳዊ ደረጃ ላይ እንደአለ የተረዳ ነው::

አንድ ሰው ዓብዮ አምላክ ከቁሳዊው ዓለም ባህሪዎች በላይ የሆነ እና ፍጹም
መንፈሳዊ አንድ አብይ አካል መሆኑን የተረዳ ሰው በትክል አምላክን እንደተረዳ
ይታወቃል:: ዓብዮ አምላክ ሁልጊዜ ከአጠገባችን እና በልባችንም ውስጥ ሰፍሮ
ይገኛል:: በሞትም ከዚህም ገላ እና ዓለም ስንለይ ዓብዮ አምላክ አብሮን ይሄዳል::

ወደ እዚህ ዓለምም እንደገና በትውልድ ስንመጣ እርሱም ሁሌ አብሮን
ይገኛል:: የምናስበውን እና የምናደርገውን ነገር ሁሉ በጥምና ይከታተላል::
ታድያ እርሳችንን ወደ እርሱ የምናዘረው መቼ ነው? እርሱም ሁልጊዜ እኛን
እንደጠበቀ ነው:: በድንገትም ሀሳባችንን ወደ እርሱ ስናዞር እርሱም እንዲህ
ይለናል:: "ልጄ ሆይ ወደ እኔ ና — ላቻ ማገግ ፐሪያህ — አንተ በእኔ ለዘልአለም
የምትፈቀር ነህ:: ወደ እኔ በመመለስህም በጣም ደስታ ተስምቶኛል::"

ግያኒዎች ወይም አዋቂዎች ሁሉ የዓብዮ አምላክን ሳይንሳዊ እውቀት
በትክል የተረዱ ናቸው:: አንድ ሰው የዓብዮ አምላክ ጥሩ መሆኑን ብቻ ሲረዳ
በመጀመሪያ ደረጃ ላይ የሚገኝ እውቀት እንደያዘ ይታወቃል:: ከዚህም አልፎ
ተርፎ ዓብዮ አምላክ ምን ያህል ኃይል እና ጥሩ መሆኑን ደግሞ የተረዳ በእውቀቱ
የዳበረ ሆኖ ይገኛል::

ይህም ዓይነቱ እውቀት እንደ ሽሪማድ ብሀገሽታም እና እንደ ብሀገሽድ
ጊታ በመሳሰሉት የቬዲክ ስነጽሁፎች በትንተና ተገልጿል:: በዓብዮ አምላክም
እውቀት ለመዳበር የሚሻ ሰው ሁሉ እነዚህን ስነፅሁፎች በተለይ ብሀገሽድ ጊታን
በጥምና ማጥናት ይገባዋል::

ኢዳም ቴ ቴ ጉህያታማም ፕራቫክስያሚ አናሱያቬ
ግያነም ቪግያና ሳሂታም ያጅ ግያትቫ ሞክሻያሴ ሹብሀት

"ውድ አርጁና ሆይ አንተ ምንገዜም ቢሆን በእኔ የምቀኝነት ባህርይ ስለሌለህ
ይህንን ሚስጢራዊ ታላቅ እውቀት ለአንተ ልገልፅልህ መርጫለሁ:: ይህንንም
እውቀት በመረዳት ከቁሳዊው ዓለም መከራ ሁሉ ነፃ ለመሆን ትችላለህ::"
(ብጊ: 9.1)

በብህገሸድ ጊታ ውስጥ የተገለፀው የዓብዩ አምላክ እውቀት በጣም ሚስጢራዊ ሆኖ ይገኛል:: ይህም በግያና ወይም በስውራዊ ብልህት አገላለፅ የተሞላ እና በቪግያና ወይም በሳይንሳዊ እውቀትም የተመሰረተ ነው:: እንደዚሁም ሆኖ በሚስጢራዊ እና ስውር እውቀቶች የተሞላ ሆኖ ይገኛል:: ታድያ ይህንን ዓይነት እውቀት እንዴት አንድ ሰው ሊረዳው ይችላል? ይህም ሊሆን የሚችለው ይነው እውቀት በዓብዩ አምላክ ሲገለፅ እና እውቀቱ ባለው በዓብዩ አምላክ የምድር ተወካይ ሲገለፅ ነው:: ስለዚህም ሸሪ ክርሽና በብህገሸድ ጊታ እንደገለፀው በዚህ ዓለም ላይ የሀይማኖታዊ እውቀት በወደቀ ቁጥር እርሱ ራሱ ይህንኑ የመንፈሳዊ እውቀት ለማስተማር ወደ ምድር ይመጣል::

የዓብዩ አምላክ እውቀት በገዘ የግል ጥቅም ስሜታችን በተነሳሳ ገለፃ ሊከሰት አይችልም:: ንጹህ ልቦናዊ መንፈሳዊ አገልግሎት በግል የስሜታዊ ጥቅም ትንተና ሊገለጽ አይችልም:: ይህ ገለፃ የሳይንሳዊ ሂደት የያዘ ነው:: ሸሪላ ሩፓ ጎስዋሚ እንደገለፀው "ከቬዲክ ንዑህ እውቀት ጋራ ያልተያያዘ የመንፈሳዊ ባህርይ ህብረተሰቡን ሁሉ የሚያውክ ነው:: "አንድ ሰው ወደዚህ ጣፋጭ እና ክልብ የመነጨ የፍቅር አገልግሎት ላይ መስማራት ያለበት በመንፈሳዊ እውቀት፣ በክርክር እና ምክንያቱን በጥልቅ በመረዳት ነው:: ይህም ደረጃ ላይ የደረስ ሁሉ እውቀቱን በትክከል ወደ ሌሎች ለማስተላለፍ ይችላሉ:: የክርሽና ንቃት እንደ ተራ የስሜታዊ ንቃት ብቻ ሆኖ መገኘት የለበትም:: በሙሉ ልቦና ዓብዩ አምላክን ማወደስ፣ መደነስ እና መዘመር ሁሉ በሳይንሳዊ መንገድ ጥቅሙ እና ምክንያቱ ሊገለጽ የሚችል ነው:: ይህንንም ለመረዳት የሳይንሳዊ ሂደት ይኖረዋል:: ይህ የመንፈሳዊው አገልግሎት ከአምላክ ጋር በፍቅር የተመሰረተ ግኑኝነት አለው:: ክርሽና መንፈሳዊ አገልግሎትን ለሚያቀርብ አዋቂ ሰው ፍቅር አለው:: አዋቂውም ሰው ለክርሽና እንደዚሁ ፍቅር አለው:: ክርሽና ይህንኑ ፍቅራችንን ዓይቶ ከሺህ በላይ አድርጎ ፍቅሩን ይመልስልናል:: እኛ ውስን ፍጡራን ታድያ ምን ዓይነት የፍቅር ሃይል አለን? ክርሽና ወሰን የሌለው ከፍተኛ ፍቅር ለእኛ ይዘ ይገኛል::

5 ወደ ዓብዬ መንዝ

ኡዳራህ ሳርባ ኤባይቴ ግያኒ አትማሸያ ሜ ማታም
አስትሂታህ ሳ ሂ ዮክታማ ማም ኤባኑታማም ጋቲም

"ትሁት አገልጋዮቼ ሁሉ ያለ ምንም ጥርጥር የላቁ እና የከበሩ ናቸው:: በእኔ
ህያልነት በእውቀት ዳብሮ የሚያገለግለኝ ሁሉ በውስጤ እንደሚኖር አድርጌ
አየዋለሁ:: በእኔም የትሁት መንፈሳዊ ስርአት በመሰማራት ወደ እኔ በቀላሉ
ለመድረስ ይችላል::" (ብጊ: 7.18)

በዚህም ጥቅስ ሸሪ ክርሽና እንደገለፀው ወደ እርሱ የሚቀርቡትን
አገልጋዮች ሁሉ በደስታ ይቀበላቸዋል:: እነዚህም የተጨነቁ፣ ሀብት ፈላጊዎች፣
ተመፃማሪዎች ሊሆኑ ይችላሉ:: ከእነዚህ ሁሉ ግን በመንፈሳዊ እውቀት ዳብሮ
የሚቀርበው ሰው ለእርሱ በጣም ውድ መሆኑ እየገለፀልን ነው:: ሌሎች
ወደ ክርሽና በተለያያ ዓለማዊ ምኞቶች የሚቀርቡትን ሁሉ ክርሽና በደስታ
ይቀበላቸዋል:: ምክንያቱም ከጊዜ በኋላ በዚሁ ቅርበት ከቀጠሉ ቀስ በቀስ
እውቀት የተሞላበት የአገልጋይ ደረጃ ላይ ሊደርሱ ስለሚችሉ ነው:: ለምሳሌ
አንድ መንፈሳዊ እውቀት የሌለው ሰው ሀብትን ለማግኘት ወደ ቤተክርስትያን
መሄድ እና መፀለይ ይጀምር ይሆናል:: ከጊዜ በኋላ ግን ይህንን ሀብት ማግኘት
ካልቻለ ወደ ፈጣሪ አምላክ ልቡን ስጥቶ መፀለይ ያቆማል:: ከቤተክርስቲያኑም
ጋር ያለውን ግኑኝነት ሁሉ ለማቆም ይወስናል:: የግል ፍላጎታችንንም ለማርካት
ፈጣሪ አምላክን መትረብ አደጋው ይህው ነው:: ለምሳሌ በኁለተኛው የዓለም
ጦርነት ጊዜ ብዙ የጀርመን ወታደር ሚስቶች ወደ ቤተክርስቲያን በመሄድ ፀሎት
ያደርጉ ነበር:: ይህም ወታደር ባሎቻቸው ወደ ጦርነት በመሄዳቸው በህይወት
እንዲመለሱላቸው ፈልገው ስለነበረ ነው:: ነገር ግን ባሎቻቸው ሁሉ በጦር ሜዳ

ላይ ሕይወታቸው በማለፉ እምነታቸው ሁሉ ጠፍቶ ወደ ከሀዲያን መንፈስ ተቀይሮ ነበር:: በእንደዚህም ዓይነት ሁኔታ ዓብዮ አምላክን የትእዛዛችን አቅራቢ ልናደርገው እንሞክራለን:: በፈቃዱም ትእዛዛችንን ሳያሟላ ከቀረ ፈጣሪ አምላክ ሊኖር አይችልም ብለን እንደመድማለን:: ዓለማዊ እና ቁሳዊ የሆነ ነገርም ለማግኘት ፀሎት ማድረግ ውጤቱ ይህው ነው::

ከዚህም ታሪክ ጋር የተያያዘ የአንድ ድሀርሻ የሚባል የአምስት ዓመት እና ከንጉሳውያን ቤተሰብ የተወለደ ልጅ ነበረ:: በአንድ ወቅትም ንጉሱ ስምምነት በማጣቱ ንግስቲቷን ከማእረግ አውርዶ ፈታት::

ከዚያም ሌላ ሴት በትዳር በመያዝ ንግስት እንድትሆንም አበቃት:: ይህችም አዲስ ንግስት የልጁ የድሀርሻ የእንጀራ እናት ሆነች:: ይህችም እንጀራ እናት በድሀርሻ በጣም ምቀኝነት የሚያጠቃት ነበረች::

አንድ ቀንም ድሀርሻ በአባቱ ጉልበት ላይ ቁጭ ብሎ እያለ ልትሰድበው በቃች:: "አንተ የአባትህ ጉልበት ላይ ልትቀመጥ አይገባህም" ብላ ተናገረች "ምክንቱም አንተ ከእኔ ስላልተወለድክ ነው::" ከዚያም ልጁን ቁጭ ካለበት ከአባቱ ጉልበት ነጥቃ አወረደችው:: ልጁም በዚህ ሁኔታ በጣም ተናደደ:: ልጁ የተወለደውም ከሻትርያ ወይም የጦር ሠራዊት ቤተሰብ የተወለደ በመሆኑ በቀላሉ የቁጠኝነት ባህርይ ነበረው:: ድሀርሻም ይህንን እንደ ትልቅ ውርደት አድርጎ ስለወሰደው ከንግስትነት ማዕረግ ወደወረደችው እናቱ ሄደ:: "ውድ እናቴ ሆይ የእንጀራ እናቴ ከተቀመጥኩበት ከአባቴ ጉልበት ላይ ጎትታ አዋረደችኝ::" እናቱም እንዲህ አለችው:: "ውድ ልጄ ሆይ እኔ ምን ማድረግ እችላለሁ? አባትህ ለእኔ ምንም ግድ ስለማይስጠው ምንም ልረዳህ የምችለው ነገር አይኖረኝም::"

ልጁም እንዲህ ብሎ መጠየቅ ጀመረ:: "ታድያ እንዴት አድርጌ ነው ይህንን ለመበቀል የምችለው?" እናቱም እንዲህ ብላ መከረችው:: "ልጄ ሆይ ለመበቀል እንድትችል ሊረዳህ የሚችል ቢኖር ዓብዮ ፈጣሪ አምላክ ብቻ ነው" እርሱም በችኮላ "አህ ዓብዮ ፈጣሪ አምላክ የት ነው?" ብሎ ጠየቀ ::

እናቱም እንዲህ አለችው:: "እኔ እንደምረዳው ብዙዎች ባህታውያን ወደ ጫካ በመግባት ዓብዮ አምላክን ለመቅረብ እና ለማየት ይሻሉ:: በዚህም ጫካ ውስጥ ዓብዮ አምላክን ለማየት ብዙ ፀሎት ሲያደርጉ ይታያሉ::"

ድሀርሻም ወዲያውኑ ወደ ጫካ በመግባት ያገኘውን አውሬዎች አንበሳም

ሆነ ዝህኖችን "አንተ ዓብዩ አምላክ ነህ?" እያለ በመጠየቅ በመላ ጫካው መዞር ጀመረ:: ድሁርሻም ዓብዩ አምላክን ለማየት በጣም ትልቅ ፍላጎት ነበረው:: በዚህም ግዜ ዓብዩ ፈጣሪ አምላክ ሸሪ ክርሽና ናራዳ የተባለውን አገልጋዩን ሂድ ድሁርሻን እንዲያነጋግረው ጠየቀው:: ናራዳም ወዲያውኑ ወደ ጫካው በመሄድ ድሁርሻን አገኘው::

ናራዳም እንዲህ አለው:: "ውድ ልጄ ሆይ አንተ ከንጉሳውያን ቤተሰብ የተወለድክ ነህ:: በዚህም ጫካ ውስጥ ገብተህ ይህንን ሁሉ ድካም እና ችግር እንድታይ አያስፈልግም:: ስለዚህም ወደ ቤተ መንግስትህ ብትመለስ ይሻላል:: እናት እና አባትህ ስለአንተ ብዙ ሳይጨነቁ አይቀሩም::" ብሎ ገለፀለት::

ድሁርሻም እንዲህ አለው:: "እባክህ እንዲህ በማለት ከዓላማዬ እንዳፈነግጥ አታድርገኝ::"

"ስለ ዓብዩ ፈጣሪ አምላክ የምታውቅ ከሆነ ወይም እንዴት እንደማግየው የምታቅ ከሆነ ብትነግረኝ ጥሩ ነው:: አለበለዛ ግን ብትሄድልኝ እና ባትረብሸኝ እመርጣለሁ::" ብሎ ነገረው::

ናራዳም ይህ ልጅ ዓብዩ አምላክን የማየት ትልቅ ፍላጎት እንደአለው በመረዳቱ በድቁና ስርዓት እንደ ተማረው አድርጎ ተቀበለው:: "ኦም ናሞ ብህገቨቴ ቫሱዴቫያ" ተብሎ የታወቀውንም አብይ ማንትራ ወይም የፀሎት ማህሌት ሊሰጠው በቃ:: ድሁርሻም ይህንን ማንትራ በትህትና ደጋግሞ በመዘመሩና ነቡህ የሆነ ደረጃ ላይ በመድረሱ ዓብዩ አምላክ አንድ ቀን ከፊቱ ሊቀርብለት በቃ::

"ዓብዩ ፈጣሪ አምላክም እንዲህ አለው:: "ልጅ ድሁርሳ እኔ ምን እንዳደርግልህ ትፈልጋለህ?" "ከእኔም የፈለከውን ጠይቀህ ማግኘት ትችላለህ" ብሎ ነገረው::

ልጁም እንዲህ በማለት መለሰ:: "ጌታዬ ሆይ ይህንን ሁሉ ፀሎት እና መከራ ለማሳለፍ የተመኘሁት የአባቴን መንግስት እና ሀብት ለመውረስ ነበረ:: ነገር ግን አሁን አንተን ለማየት በቅቻለሁ:: ሌሎች ታላላቅ ባህታውያን እና መንፈሳውያን አንተን በቀላሉ ለማየት አይችሉም:: ታድያ የእኔ ልፋት ትርፉ ምኑ ላይ ነው? ቤት መንግስቴንም ጥዬ የመጣሁት የማይረባውን የቤተመንግስት ቁሳቁስ ለመውረስ ነበር:: አሁን ግን አንተን የመሰለ ውድ የሆነ ዕንቁ አግኝቻለሁ:: ስለዚህም በልቤ

ደስተኛ ሰለሆንኩኝ ከአንተ ምንም የምጠይቀው ነገር አይኖረኝም፡፡" ብሎ ገለፀለት፡፡

ከዚም ታሪክ እንደምንረዳው ምንም እንኳን አንድ ሰው የደነየ ወይም በጭንቀት ላይ ያለ ቢሆን እና ዓብዩ ፈጣሪ አምላክን ለማየት እንደ ልጅ ድሁርባ የወሰነ ከሆነ እና ለማየት ከበቃ ምንም ዓይነት ቁሳዊ ሀብት ሊያስደስተው እና ሊመኝም አይችልም፡፡ የቁሳዊ ዓለምንም ሀብት መፈለግ ሞኝነት መሆኑን መገንዘብ ይችላል፡፡ ይህንንም የዓለማዊ ምትሀት እርግፍ አድርጎ ትቶ ፍፁም የሆነው ደስታ ወደሚገኝበትም የዓብዩ አምላክ ቤተ መንግስት ለመሄድ ይዘጋጃል፡፡ አንድ ሰው በሽሪ ክርሽና የመንፈሳዊ ንቃት የዳበረ ከሆነ ምንም ዓይነት የዓለማዊ ቁሳቁሶችን ለመመኘት አያደላም፡፡

ግያኒ ወይም አዋቂ ምሁር ሰው ዓለማዊ ቁሳቁሶች ሁሉ ጊዜያዊ ደስታን ብቻ እንደሚሰጡ የተረዳ ነው፡፡ እነዚህም ቁሳዊ ሀብቶች በሶስት ዓይነት ደረጃ የሰውን ሕይወት የሚያጓድሉ ናቸው፡፡ አንዱም ከስራው ትርፍ ለማግኘት እንዲጥር ያደረገዋል፡፡ ሌላው በሀብቱ ሰዎች እንዲያከብሩት ጥረት ያደርጋል፡፡ ሌላው በሀብቱ ዝና ያለው ሰው እንዲሆን ይጥራል፡፡ ምንም እንኳን እነዚህ ሀብቶች ቢኖሩንም ሀብታችን ከገላችን ጋር የተያያዘ ስለሆን በሞት ገላችንን ጥለን ስንሄድ እነዚህን ሀብቶች ሁሉ ወደ ዒላ ትተናቸው እንሄዳለን፡፡

ሞት በሚመጣበትም ጊዜ ሀብታም መሆናችን ቀርቶ ነፍስ ብቻ እንሆናለን፡፡ በሕይወታችን ከሰራነውም ስራ አንፃር ወደ አዲስ ገላ ገብተን እንደገና ለመወለድ እንበቃለን፡፡ በብህገቨድ ጊታም ውስጥ እንደተጠቀሰው አንድ አዋቂ የሆነ ሰው በዚህ ዓይነት ዓለማዊ ምኞት አይታለልም፡፡ ምክንያቱም ምንን ከምን ላይቶ የሚረዳ ሰው በመሆኑ ነው፡፡ ታድያ ይህንን እውቀት ይዞ እንዴት በዚህ ዓለም የሚገኘውን ጊዜያዊ ሀብት ለማሳደድ ይመኛል? በመንፈሳዊ እውቀት የዳበረ ሁሉ እንዲህ በማለት ያሰላስላል፡፡ "ከሽሪ ክርሽና ዓብዩ የመላእከት ጌታ ጋር ዘለዓለማዊ የሆነ ግኑኝነት አለኝ፡፡ አሁን ከሽሪ ክርሽና ጋር ያለኝን ግኑኝነት ጠበቅ አድርጌ በማዳበር ሽሪ ክርሽና ወደ መንፈሳዊ ቤተመንግስቱ እንዲወስደኝ ጥረት ማድረግ ይኖርብኛል፡፡"

በዚህ ዓለም ላይ ከሽሪ ክርሽና ጋር ያለንን ግኑኝነት ለማዳበር እና ወደ እርሱም ለመመለስ አስፈላጊው ነገር ሁሉ ቀርቦልን ይገኛል፡፡ የሕይወታችንም

ዋና ዓላማ ይህ እንዲሆን ያስፈልጋል፡፡ የሚያስፈልገንም ነገር ሁሉ በዓብዩ ፈጣሪ አምላክ ቀርቦልን ይገኛል፡፡ እነዚህም መሬት፣ እህል፣ ፍራፍሬ፣ ወተት፣ መጠለያ እና ክዳን የመሳሰሉትን ሁሉ ያጠቃልላል፡፡ እኛም የሚጠበቅብን በሰላም መኖር እና የከርሽና ንቃታችንን ማዳበር ብቻ ነው፡፡ የሕይወታችን ዓላማም ይነው ነው፡፡

ዓብዩ የመንግስተ ሰማያት ጌታ ባቀረበልን ምግብ፣ መጠለያ፣ መከላከያ፣ የጋብቻ የወሲብ ዕድል እና በቀረበልን ነገር ሁሉ ደስተኛ መሆን ሲገባን ከሚያስፈልገን በላይ ግንሀብት ለማግኘት ጥረት ከማድረግ መቆጠብ ይኖርብናል፡፡ የስልጣኔ ምልክት አንድ ሰው "ቀለል ያለ ኑሮ እና ከፍ ያለ አስተሳሰብ" ሲኖረው ነው፡፡ የተፈጥሮ ምግብን እና ወሲብን በፋብሪካ ውስጥ ልናመርታቸው አንችልም፡፡ እነዚህ ሁሉ በዓብዩ ፈጣሪ አምላክ የቀረቡልን ናቸው፡፡ የእኛም ሀላፊነት እነዚህ በተፈጥሮ የቀረቡልልን ሁሉ በመጠቀም የዓብዩ የመላእክት ጌታ መንፈሳዊ ንቃታችንን ማዳበር ነው፡፡

ምንም እንኳን ዓብዩ ፈጣሪ አምላካችን በዚህ ዓለም ላይ በሰላም እንድንኖር ሁሉንም ነገር ቢሰጠን እና መንፈሳዊ ንቃታችንን በማዳበር ወደ እርሱ እንድንመለስ ብቃቱን ቢጨምርልንም እኛ ግን ሳንጠቀምበት እንገኛለን፡፡ ሕይወታችንም በአጭሩ ሊቀጭ ይችላል፡፡ በረሀብ የሚጠቁ፣ መጠለያ የሌላቸው፣ ትዳር የሌላቸው ወይም ከተፈጥሮ ጥቃት ከለላ የሌላቸው ብዙህን የሕብረተሰብ አካሎች ይገኛሉ፡፡ ይህም ካለ ዮጋ ተብሎ የሚታወቀው የጥል እና የብጥብጥ ዘመን ጫና ነው፡፡ ስለዚህም ጌታ ቼይታኒያ ይህን የሚያስቀይም ዘመን በማየቱ መንፈሳዊ ሕይወታችን በታታሪነት እንድንቀሰቅስ አጥብቆ መክሮናል፡፡ እንዴትስ ይህንን ማድረግ እንችላለን? ቼታኒያ መህፐራብሁም ለዚህ ቀመሩን ወይም ፎርሙላውን ሰጥቶናል፡፡

ሀሬር ናማ ሀሬር ናማ ሀሬር ናሜይሻ ኬቫላም
ካላዖ ናስት ኤቫ ናስት ኤቫ ናስት ኤቫ ጋቲር አንያትህ
(ቼ ቻ አዲ 17.21)

"ሁል ጊዜ የሀሬ ክርሽናን ቅዱስ ስም ዘምር" ይህንንም ቅዱስ ስም ለመዘመር ምንም እንኳን በፋብሪካ ውስጥ ወይም በሲአል መንገድ ዳር ወይም በታላቅ ህንፃ

ውስጥ የምትኖር ብትሆንም የቦታ ለውጥ ለመዘመር አይወስንህም:: ስለዚህ
መዘመርህን አታቋርጥ:: "ሀሬ ክርሽና ሀሬ ክርሽና ክርሽና ክርሽና ሀሬ ሀሬ ሀሬ
ራማ ሀሬ ራማ ራማ ራማ ሀሬ ሀሬ" ይህም ስርዓት የገንዘብ ወጪ አይኖረውም፤
እንቅፋት አይኖረውም፤ የነሳ ልዩነት አይጠይቅም እንዲሁም የገላ ቀለም ልዩነት
አይጠይቅም:: ማናቸውም ሰው ሊያደርገው የሚችል ስርዓት ነው:: ዋነኛው
ህላፊነታችን ይህንን ቅዱስ ስም መዘመር እና ማዳመጥ ብቻ ነው:: አንድ ሰው
ወደ ክርሽና ንቃት ከቀረብ እና ስልጣን ባለው መምህር ስር በመተዳደር የክርሽና
ንቃቱን የሚያዳብር ከሆነ ወደ ዓብዮ ፈጣሪ አምላክ መመለሱ የተረጋገጠ ነው::

ባሁናም ጃንማናም አንቴ ግያናቫን ማም ፕራፓድያቴ
ቫሱዴቫ ሳርቫም ኢቲ ሳ ማሃትማ ሱዱርላብሀሀ

"ከብዙ ትውልድ እና ሞት በኋላ በመንፈሳዊ እውቀት የተመሰጠ ሰው ሙሉ
ልቦናውን ለእኔ ይሰጣል:: ይህም እኔ የሁሉም ነገር መነሻ እና መድረሻ መሆኑን
በትክክል ስለሚረዳ ነው:: እንዲህ ዓይነቱም ታላቅ መንፈስ ያለው ሰው በርካታ
ሆኖ አይገኝም::" (ብጊ 7.19)

ዓብዮ ፈጣሪ አምላክን ለማወቅ የሚደረገው የፍልስፍና ምርምር በጣም
ብዙ ትውልድ ሊጠይቅ ይችላል:: ዓብዮ የመላእክት ጌታን ለማወቅ በጣም ቀላል
ነው:: ቢሆንም ግን የማወቁ ስርዓት በጣም ከባድ ሊሆን ይችላል:: የክርሽናንም
ቅዱስ ስም በመዘመር ስርዓቱን በቀጥታ ለሚቀበሉ ሁሉ ሼሪ ክርሽናን ለማወቅ
በጣም ቀላል ሆኖ ያገኙታል:: ነገር ግን ክርሽናን በምርምር እና በፍልስፍና
እውቀታቸውን በማስፋፋት ለመረዳት የሚጥሩ ሁሉ ክርሽናን ለማወቅ
በጣም የሚከብድ ሆኖ ያገኙታል:: ምክንያቱም ክርሽናን ሊቀበሉ የሚፈልጉት
ምርምራቸውን ካጠናቀቁ በኋላ በመሆኑ ይህ ስርዓት ብዙ ትውልድ ሊጠይቅ
ይችላል:: "ታትቫቪት" ተብለው የሚታወቁ ፍፁም እውነትን በትክክል የተረዱ
መንፈሳውያን ይገኛሉ:: እነዚህም መንፈሳውያን ይህ ፍፁም የሆነው የዓብዮ
ታላቅነት ለሁሉት ሊከፈል እንደማይችል የተረዱ ናቸው:: ይህ ፍፁም የሆነው
እውነት ለሁለት የተከፈለ አይደለም::

የፈጣሪ ጌታ አብይነት በአንድ ፍፁም የሆነ በማይከፈል የእውነት ደረጃ ላይ

የሚገኝ ነው:: ይህንንም ፍፁም እውነት በትክክል የተረዳ ሰው "ታትሳ ቪት" ተብሎ ይታወቃል::

ክርሽና እንደገለፀው ይህ ፍፁም የሆነው እውነት በሶስት መንገድ ወይም ስርዓት ሊታወቅ ይችላል::

"ብራህማን ፓራማትማ እና ብሀገባን" ከእነዚህም ሶስቱ ፍፁም እውነቶች የመጀመሪያው ሰብዓዊነት የሌለው በመንፈሳዊው ዓለም ተሰራጭቶ የሚገኘው እና ከዓብዩ የመላእክት ሁሉ ጌታ የሚመነጨው የብርሀን ጨራ ሲሆን ሁለተኛው ደግሞ በልባችን ውስጥ ተቀምጦ የሚገኘው ዓብዩ የመንግስተ ሰማያት ጌታ ሲሆን ሶስተኛው ደግሞ በመንፈሳዊው ዓለም የሚገኘው ዓብዩ የመላእክት ጌታ ነው:: እንደዚሁም ሁሉ የዓብዩ አምላክን ፍፁም እውነት ለማወቅ የሚደረገው ጥረት ከእነዚህ ከሶስቱ አንፃር ሲሆን ይችላል:: ለምሳሌ አንድ ሰው አንድን ትልቅ ተራራ በጣም ርቀት ካለው ቦታ አይቶ ስለ ተራራው አንዳንድ ባህርይ ሊረዳ ይችላል:: ወደ ተራራውም ቀረብ ሲል ደግሞ ዛፎችን እና የተራራውን ቅርፅ በተሻለ መንገድ ሊረዳ ይችላል:: ተራራውም ላይ ወጥቶ የሚራመድ ከሆነ ደግሞ ምን ዓይነት የተለያዩ ዛፎች እና ተክሎች እንዳሉት ምን ዓይነት እንስሶች እንደሚኖሩበት ሁሉ በትክክል ሊረዳ ይችላል:: ስለ ዓብዩ የመላእክት ጌታ ፍፁም እውነት የመረዳቱ ዓላማው አንድ ነው:: ነገር ግን መንፈሳውያን ይህንን ፍፁም እውነት የሚረዱት ከተለያየ አመለካከት በመሆኑ የመረዳቱ አስተሳሰባቸው የተለየ ነው:: ከሌላ ምሳሌም እንደምንረዳው የፀሀይ ነፀብራቅ: ከብ የፀሀይ ቅርፅ እና ፀሀይ እራስዋን አንደ ምሳሌ ለመጠቀም ይቻላል:: ፀሀይን የሚሞቅ ሰው ፀሀይ ውስጥ እንደሚኖር ፍቱር ስለፀሀይ የተረዳ ነው ለማለት አይቻልም:: ፀሀይ ውስጥ የሚገኝ ፍቱር ግን ስለ ፀሀይ ለመረዳት አመቺ ቦታ ላይ ሆኖ ይገኛል:: የፀሀዩ ነፀብራቅ በመንፈሳዊ ዓለም ተሰራጭቶ እንደሚገኘው የዓብዩ የመላእክት ጌታ የገላ ጨራ ይመሰላል:: ከብ ሆኖ ከሩቅ የሚታየው የፀሀይ ቅርፅም በልባችን እንደሚገኘው የዓብዩ አምላክ ሊመስል ይችላል:: በፀሀይ ውስጥ የሚኖረው የፀሀይ አምላክ ደግሞ በመንፈሳዊው ዓለም እንደሚገኘው እንደ ዓብዩ የመንግስተ ሰማያት ጌታ ሊመስል ይችላል:: በዚህም ምድር ላይ እንደምናየው ብዙህን የተለያዩ ነፀሪ ፍጥረታት ይገኛሉ:: እንደዚሁም ሁሉ ከቬዲክ ስነጽሁፎች እንደምንማረው በፀሀይ ላይም ብዙህን የተለያዩ

ፍጥረታት ይገኛሉ፦ ልዩነታችን ግን የእኛ ገላ በአፈር እንደተሸፈነ ሁሉ የእነርሱ ገላ ደግሞ በእሳት የተሸፈነ ነው፦

በዚህ ቁሳዊ ምድራችን ላይ አምስት ዓይነት ቁሳዊ ነገሮች ይገኛሉ፦ እነዚህም አፈር፦ ውሀ፦ እሳት፦ አየር እና ባዶ ቦታ ናቸው፦ በተለያየም ፕላኔቶች ውስጥ በእነዚህ የተመሰረቱ የተለያዩ ክስተቶች አሉ፦ ምን ዓይነት የፍጥረታት ገላ መኖር እንደሚገባውም የሚወስነውም ምን ዓይነት ክስተት ፕላኔቱ እንደሚኖረው ነው፦ ሁሉም ፕላኔቶች አንድ ዓይነት ክስተት ይኖራቸዋል ብለን ማሰብ አይገባንም፦ ቢሆንም ግን አምስቱም ቁሳዊ ነገሮች በሁሉም ፕላኔቶች ስለሚገኙ ተመሳሳይነትም እንደ አለ መገንዘብ ይኖርብናል፦ ለምሳሌ በአንዳንድ ፕላኔቶች አፈር በብዛት ሊገኝ ይችላል፦ ሌላው ፕላኔት ላይ ደግሞ እሳት ወይም ውሀ አየር ባዶ ቦታ በብዛት ሊኖር ይችላል፦ ስለዚህም ገና ለገና ሌሎች ፕላኔቶች የእኛን የመሰለ ክስተት የላቸውምና ፍጥረታት ሊኖሩ አይችሉም ብለን ማሰብ አንችልም፦ የቬዲክ ስነፅሁፎች እንደሚያስተምሩን በቁጥር ሊተመኑ የማይችሉ ፕላኔቶች እንደሚገኙ እና በእያንዳንዳቸውም ፕላኔቶች በተለያዩ ቁሳዊ ገላዎች ተሸፍነው የሚኖሩ ፍጥረታት እንደሚኖሩ ተገልጾልን ይገኛል፦ አንዳንድ ቁሳዊ ቅንብር በማድረግ ወደ እነዚህ ቁሳዊ ፕላኔቶች ለመጓዝ እንችል ይሆናል፦ ቢሆንም ግን ዓብዩ የመላእክት ጌታ ወደሚገኝባቸው መንፈሳዊ ፕላኔቶች ለመግባት እራሳችንን በመንፈሳዊ ንቃት ማዳበር ያስፈልገናል፦

ያንቲ ዴቫ ቭርታ ዴቫን ፒትርን ያንቲ ፒትር ቭርታህ
ብሁታኒ ያንቲ ብሁቴጅያ ያንቲ ማድ ያጂኖ ፒ ማም

"ለትእይንተ ዓለሙ አስተዳዳሪ መላእክት የሚሰግዱ ሁሉ ወደ እነዚሁ መላእክት ወደሚገኙበት ይወሰዳሉ፦ ለአለፉት አባቶቻቸው የሚሰግዱ ሁሉ በሞት ግዜ ወደ እነዚሁ አባቶች ወደሚገኙበት እንደገና ይወለዳሉ፦ እኔን የሚያመልኩ ደግሞ ከእኔ ጋር ለመኖር ይበቃሉ፦፦" (ብጊ: 9.25)

ወደ ከፍተኛ ፕላኔቶች ለመሄድ የሚፈልጉ ሁሉ ጉዞዋቸውን ወደ እነዚሁ ፕላኔቶች ማድረግ ይችላሉ፦ ጐሎክ ቭርንዳቫን ተብሎ ወደሚታወቀው የሽሪ ክርሽና ፕላኔት ለመሄድ የሚፈልጉ ሁሉ የክርሽና ንቃታቸውን በማዳበር ወደ

እዚህ ፕላኔት ለመኄድ ይችላሉ:: ወደ ህንድ አገር ለመኄድ ስንፈልግ ይህ አገር ምን እንደሚመስል ብዙ መረጃዎችን ስንሰበስብ እንገኛለን:: ስለአገሩም ለመረዳት የምንችለው በመጀመሪያ በምንሰበስበው መረጃ ነው::

እንደዚሁም ሁሉ ወደ ዓብዩ አምላክ መንፈሳዊ ፕላኔት መረጃውን ለማግኘት ከፈለግን መስማት እና ማዳመጥ ይገባናል:: በድንገት ተዘጋጅቶ እና ተነስቶ መኄድ አይቻልም:: በቪዲዮ ስነፁሁፎች ውስጥ ብዙ መረጃዎች ልናገኝ እንችላለን::

ለምሳሌ "ብራህማ ሰሚታ" እንዲህ የሚል ገለፃ ይሰጠናል::

ቺንታመኒ ፕራካራ ሳድማሱ ካልፓ ቭርከሻ
ላክሻ ቭርቴሹ ሱራቢ አብሂፓላያንታም
ላክሽሚ ሳሃስራ ሻታ ሳምብህራማ ሴቭያማናም
ጉቪንዳም አዲ ፑሩሻም ታም አሀም ብህጃሚ

(ብስ፡ 5.29)

"እኔ የምስግድለት ጎቪንዳ ከሁሉ ቀድሞ የነበረ፤ የመጀመሪያው የHር ሁሉ መነሻ፤ በላሞች እረኝነት የተሰማራ፤ የመንፈሳዊ ዕንቁ በሞላበት መኖርያ ሆኖ የሁሉን ፍላጎት የሚያሟላ፤ ጥሩ ፍላጎትን በሚያሟሉ በሚልዮን የሚቆጠሩ ዛፎች የተከበበ፤ ሁልጊዜ በመቶ እና በሺህ በሚቆጠሩ ላክሽሚ ወይም ጎፒዎች ተከበ በታላቅ ከብር እና ፍቅር የሚሰገድለት ነው::"

እነዚህን የመሳሰሉ ሌሎች ገለፃዎችም በተለይ በብራህማ ሰሚታ ውስጥ ተስፕተው ይገኛሉ:: ይህንንም ፍፁም የሆነ እውነት ለመረዳት የሚጥሩ ሁሉ እንደመረዳት ዓላማቸው በተለያየ ወገን ተከፋፍለው ይገኛሉ:: ወደ ብራህማን የዓብዩ ጌታ ጮራ የሚያተኩራት በጌታ ሰብአዊ ባህርይ የማያምኑ ብራህማኅዲስ ተብለው ይታወቃሉ:: ብዙዎች ይህንን ፍፁም የሆነ እውነት ለመረዳት የሚጥሩ ሁሉ በመጀመሪያ ጊዜ ብራህማጄይቲን (የጌታ የብርሀን ጮራ) ለመረዳት ይበቃሉ:: "ፓራም አትማ" ተብሎ የሚታወቀውን በልባችን ውስጥ ወደሚገኘው የዓብዩ የመላእክት ጌታ ትኩረት የሚያደርጉ ደግሞ "ፓራማትማቫዲስ" ተብለው ይታወቃሉ:: ዓብዩ የመላእክት ጌታ በከፊል ወገኑ በእያንዳንዳችን ልብ ውስጥ

ተቀምጦ ይገኛል። ትኩረት በሞላበት ፀሎትም በልባችን የሚገኘውን የጌታን አካል ለመረዳት እንችላለን። በሁሉም ፍጥረታት ልብ ብቻም ሳይሆን በዚህ ቁሳዊ ዓለም ውስጥ በሚገኝ በእያንዳንዱ አቶም ውስጥ ተቀምጦ ይገኛል። ይህም የፓራም አትማ እውቀት ሁለተኛው የእውቀት ደረጃ ነው። ሶስተኛው እና የመጨረሻው ደረጃ ደግሞ "ብህገሻን" ተብሎ የሚታወቀው ዓብዮ የመላእክት ጌታን አንደ ዓብዮ ሰው የማወቁ ደረጃ ነው። እነዚህም ሶስት ዓይነት የእውቀት ደረጃዎች ስለሚገኙ በአንድ ትውልድ ብቻ ዓብዮ የመላእክት ጌታን ለማግኘት አዳጋች ሆኖ ይገኛል። ባሁናም ጃንማናም አንቴ (ብጊ: 7.19) አንድ ሰው ዕድሉ ሆኖ በረከት የሞላበት ከሆነ ይህንን የከፍተኛ ደረጃ እውቀት በሴኮንድ ውስጥ ሊያገኘው ይችላል። ነገር ግን ብዙውን ጊዜ ዓብዮ አምላክን በንፁህ አንደበት ለመረዳት ብዙ ዓመታት ወይም ብዙ ትውልድ ሊጠይቅ ይችላል።

አህም ሳርቫስያ ፕራብሆ ማታህ ሳርቫ ፕራቫርታቴ
ኢቲ ማትቫ ብህጃንቴ ማም ቡድህ ብሀቫ ሳማንቪታህ

"እኔ የመላ ቁሳዊው ዓለም እና የመንፈሳዊው ዓለም መነሻ ነኝ። ሁሉም ነገር የሚመነጨው ከእኔ ነው። ይህንንም በትክክል የተረዳው አዋቂ ሰው ለእኔ ሙሉ ልቦናውን ሰጥቶ እኔን በፍቅር ሲያገለግለኝ እና ሲሰግድልኝ ይገኛል።" (ብጊ: 10.8)

የቬዳንታ ሱትራም ስነፁሁፍ እንደሚገልፀው ፍፁም እውነት የምንለው የሁሉም ፍጥረታት መነሻ የሆነውን ነው። ሽሪ ክርሸናም የሁሉም ነገር መነሻ መሆኑን በእምነት የተቀበልን እና በዚሁም አንፃር የምንሰግድለት ከሆነ የቁሳዊ ዓለም ወጥመዳችን በሰኮንድ ውስጥ ሊፈታ ይችላል። ነገር ግን አንድ ሰው በዚህ ለማመን የሚያዳግተው እና እንደዚህ የሚል ከሆነ "ኦ ዓብዮ አምላክ ማን እንደሆን ማየት አፈልጋለሁ" ውጤቱ የግድ ደረጃ በደረጃ የሚያስኬደው ይሆናል። በመጀመሪያ ሰብአዊ ያልሆነውን የብራህማን ጮራ መረዳት ያስፈልገው ይሆናል። ከዚያም ፓራማትማ የተባለውን በልብ ውስጥ የሚገኘውን የዓብዮ አምላክን አካል ይረዳ ይሆናል። ወደ መጨረሻውም ደረጃ ሲደርስ "ኦ ዓብዮ የመላእክት ሁሉ ጌታ ይህ ነው።" ብሎ የሚረዳበት ጊዜ ይደርሳል። ነገር ግን አንዲህ ዓይነቱ ዓብዮ ጌታን የማወቅ ስርዓት በጣም ብዙ ጊዜ ሊፈጅ የሚችል ነው።

በእንደዚህም ዓይነት ስርዓት ለብዙ ዓመታት ምርምር የሚያደርግ በመጨረሻው ፍጹም የሆነው እውነት "ቫሱዴቫ ሳርቫም ኢቲ" (ብጊ: 7.19) ዓብዩ ጌታ የሁሉ መድረሻ መሆኑን ይረዳል:: ቫሱዴቫ ማለት በሁሉም ቦታ ማለት ነው:: ቫሱዴቫ የሽሪ ክርሽና ስም ነው:: ቫሱዴቫ ማለት "በሁሉም ቦታ የሚኖር" ማለት ነው:: ቫሱዴቫ የሁሉም ነገር መነሻ መሆኑን የተረዳ ሁሉ ሙሉ ልቦናውን ለትሁት አገልግሎት ይሰጣል:: ማንም ፕራፓድያቴ ማለትም ይማረካል ማለት ነው:: ይህም ዓይነት የመማረክ ስርዓት ከፍተኛው መድረሻችን ነው:: ወደ እዚህም ደረጃ አንድ ሰው ወዲያውኑ ሊደርስ ይችላል ወይም ከብዙ ትውልድ እና ምርምር በኋላ ለመድረስ ይችል ይሆናል:: በሁለቱም መንገድ ግን በመጨረሻ ሙሉ ልቦናን መስጠት እና ለዓብዩ ጌታ መማረክ ያስፈልገናል:: "ዓብዩ የመንግስት ሰማያት ጌታ ከሁሉም በላይ ሲሆን እኛም የእርሱ አገልጋዮች ነን::" በማለት መረዳት ይኖርብናል::

ይህንንም በመረዳት አዋቂ የሆነው ሰው ብዙ ትውልድ ከመጠበቅ ይልቅ ለሽሪ ክርሽና ወዲያውኑ ልቦናውን ይሰጣል:: ሽሪ ክርሽና በምድር ላይ ለወደቁት ውስን ነፍሳት የሰጠው መንፈሳዊ መረጃ በርህሩህነቱ መሆኑን አዋቂው ሰው የተረዳ ነው:: እኛ ሁላችን ውስን ነፍሳት እና በዚህ ቁሳዊ ዓለም ላይ በሶስት ዓይነት መከራዎች ስንሰቃይ የምንገኝ ነን:: ዓብዩ ፈጣሪ አምላካችንም እነዚህን ዓይነት መከራዎች አምልጠን የምንሸሸበትን መንገድ እና ሙሉ ልቦናችንን በመስጠት እንዴት ነፃ ልንወጣ እንደምንችል አሳይቶናል::

አንድ ሰው እንዲህ ብሎ ሊጠይቅ ይችላል:: "ዓብዩ የመላእክት ጌታ ግብታዊ መድረሻችን ከሆነ እና ሙሉ ልቦናችንንም ለእርሱ መስጠት የሚገባን ከሆነ ለምን በዓለም ላይ ብዙ የተለያየ የሀይማኖት ስርዓቶች ይገኛሉ?" ይህም ጥያቄ በሚቀጥለው ጥቅስ መልስ ተሰጥቶታል::

ካሜይስ ቴይስ ቴይር ህርታ ግያና ፕራፓድያንቴ ንያ ዴቫታህ
ታም ታም ኒያማም አስትህያ ፕራክርትየ ነያታህ ስቫያ

"በዓለማዊ ምኞት አዕምሮ ዋቸው የተመሰጡ ሁሉ መላእክቶችን በማምለክ እና የማምለኪያ ህግጋቶቻቸውን በመከተል እንደ መላእከቶቹ ፍላጎት ሲያመልኳቸው ይገኛሉ::" (ብጊ: 7.20)

በዚህ ዓለም ላይ የተለያዩ ሰዎች ይገኛሉ፡፡ እያንዳንዳቸውም በተለያያ የቁሳዊ ዓለም ባህርይ የሚተዳደሩ ናቸው፡፡ በአጠቃላይም እንደምናየው ብዙ ሰዎች ከዚህ ቁሳዊ ዓለም ነፃ ለመውጣት ጥረት ሲያደርጉ አይገኙም፡፡ መንፈሳዊ ፈለግ የሚከተሉ ከሆነም የመንፈሳዊ ሀይል ለማግኘት ጥረት ሲያደርጉ ይገኛሉ፡፡ በሀንድ አገር ውስጥ ሰዎች ወደ ባህታውያን በመሄድ እንዲህ ብሎ መጠየቃቸው የተለመደ ነው፡፡ "ስዋሚጂ መድሀኒት ሊሰጡኝ ይችላሉ? እንዲህ ከመሰል በሽታ ለመፈወስ እሻለሁ፡፡" ገና ለገና የዶክተሮች ወጪ ከፍ ያለ ሊሆን ይችላል በማለት ወደ ባህታውያን ብሄድ ተአምር ሊፈጥሩልኝ ይችላሉ ብለው ያስባሉ፡፡ በሀንድ አገር ውስጥ በየሰው ቤት እየሄዱ የሚሰብኩ አስመሳይ ባህታውያንም ይገኛሉ፡፡ አንድ ግራም ወርቅ ብትሰጡኝ ተአምር በማድረግ ወደ መቶ ግራም ወርቅ እቀይርላችኋለሁ ብለው ይሰብካሉ፡፡ ሰዎቹም እንዲህ በማለት ያስባሉ፡፡ "አምስት ግራም ወርቅ አለኝ፡፡ ሁሉንም ብሰጠው አምስት መቶ ግራም ሊሆንልኝ ይችላል" ብለው ያስባሉ፡፡ እንዲህም እያሉ እነዚህ አስመሳይ ባህታውያን ሁሉን ወርቅ ከሰፈሩ ስብስበው ይጠፋሉ፡፡ ይህ ነው በሽታችን፡፡ ወደ ባህታውያን፤ ወደ ቤተመቅደስ ወይም ወደ ቤተ ክርስቲያን ስንሄድ አንደበታችን በዓለማዊ እና ቁሳዊ ነገሮች ጉጉት የተሞላ ነው፡፡ ቁሳዊ ወይም ዓለማዊ ጥቅም ለማግኘትም ወደ መንፈሳዊ ሕይወት በመሰማራት እና የጎን የመሰለ ስርአት መጠለያ በማድረግ ገላችንን እና ጤንነታችንን ለማሻሻል ጥረት ስናደርግ እንገኛለን፡፡ ነገር ግን ጤንነታችንን ለማሻሻል ለምን ወደ ዮጋ ስርዓት መሄድ ያስፈልጋል፡፡ ምግባችንን በመቆጣጠር እና በየጊዜው ስፖርታዊ ልምምድ በማድረግ ጤንነታችንን ለመንከባከብ እንችላለን፡፡ ለምን ወደ ዮጋ ስርዓት መሄድ ያስፈልገናል?

ይህም ፍላጎት የሚመነጨው በብህገሸድ ጊታ እንደተጠቀሰው "ካሚስ ቴይስ ቴየር ሀርታ ግያና" (ብጊ: 7 20)እራሳችንን ወይም ገላችንን በጥንካሬ ብቁ ለማድረግ ወደ ቤተ ክርስቲያን በመሄድ አምላክን የትእዛዛችን ፈፃሚ እንዲሆን በማድረግ የዓለማዊ ምኞታችንን ለማርካት እንተራለን፡፡

ሰዎች በዓለማዊ ፍላጎቶቻም ተመስጠው የተለያዩ መላእክቶችን ሲያመልኩ ይገኛሉ፡፡ ከዚህም ከዓለማዊ ኑር እንዴት አድርገው ፈልቅቀው እንደሚወጡ ምንም እውቀቱ የላቸውም፡፡ ይህንንም ዓለም እንዴት ለግል ሙሉ ጥቅማቸው እንደሚያውሉት ሲጥሩ ይገኛሉ፡፡

ስለዚህ በቴዲክ ስነጽሁፎች ውስጥ ይህንን የመሰለውን ፍላጎት ለሚሟሟላት ብዙ ዓይነት የተለያዩ መመሪያዎች ተሰጥተው ይገኛሉ። ለምሳሌ አንድ ሰው ከበሽታ ለመዳን ከፈለገ የፀሀይን ጌታ ቪሻሽናን ለማምለክ ይችላል። አንዲት ልጃገረድ ጥሩ ባል ለማግኘት ከፈለገች ጌታ ቪሻሽናን ለማምለክ ትችላለች። አንድ ሴት በጣም ውብት ያላት ሆና እንድትፈጠርም ከፈለገች የተመደበውን አምላክ ማምለክ ትችላለች። አንድ ሰው በእውቀቱ የላቀ መሆን ከፈለገም ሳራስቫቲ የተባለችውን መልአክ ማምለክ ይችላል። ይህንንም በመመልከት ብዙህን ምእራባውያን ሂንዱዎች ፖሊይየስቲክ ወይም በብዙ አምላክ የሚያመልኩ ናቸው ብለው ድምዳሜ ይሰጣሉ። ነገር ግን ይህ ዓይነቱ አምልኮት ለዓብዩ የመላእክት ሁሉ ጌታ ለአንዱ አብይ አምላክ አይደለም። አምልኮቱም በዓብዩ አምላክ ስር ለሚተዳደሩት ለተለያዩ መላእክቶች ነው። እነዚህም መላእክቶች ዓብዩ የመላእክት ጌታ ናቸው ብለን ማስብ አይገባንም። ዓብዩ የመላእክት ጌታ እና ፈጣሪ አምላክ አንድ ብቻ ነው። ነገር ግን ብዙ እንደ እኛ አገልጋይ ነፍሳት የሆኑ ብዙ መላእክቶች እንዳሉ መረዳት ይገባናል። ልዩነታችን ግን መላእክቶች እኛ ለመገመት የማንችለው ዓይነት ሀይል አላቸው። በዚህም ምድር ላይ መላ ህዝብን የሚመራ ንጉስ ወይም ፕሬዝደንት ሊኖር ይችላል። እነዚህም እንደእኛ ተራ ሰዎች ናቸው። ልዩነታቸው ግን ከእኛ የተለየ ሀይል ስለሚኖራቸው ነው። ከእነዚህም ሰዎች እርዳታ ለማግኘት እና ያላቸውን ሀይል ለጥቅማችን ለማዋል በተለያየ መንገድ ስናመልካቸው እንገኛለን። ነገር ግን ብህገቢድ ጌታ ይህንን ዓይነት አምልኮት ወይም የመላእክትን አምልኮት ሲያወግዘው ይገኛል። ይህም የብህገቢድ ጌታ ጥቅስ እንደሚገልፀው ይህንን የመሰለው መላእክትን የማምለክ ምፆት ከዓለማዊ ፍላጎቶች ጋራ የተያያዘ መሆኑን በግልፅ ያስረዳናል።

የዚህ ቁሳዊ ህይወት መሰረቱ የጋለ ዓለማዊ ፍላጎት ነው። ይህንን ዓለም በመጠቀም ልንደሰትበት እንሻለን። ይህንንም ዓለም የምንወደው ስሜታችንን ሁሉ ሊያረኩ የሚትሉ ነገሮተን ስለሚያቀርብልን ነው። ይህም እራሳችንን ለማስደሰት ያለን የጋለ ፍላጎት ዓብዩ ጌታን ለማስደሰት የነበረን የጋለ ፍላጎት በምድር ላይ ገብቶ የተገላቢጦሽ ሆኖ በመምጣቱ ነው። በተፈጥሮ ነፍስ ዓብዩ አምላክን የምትወድ ናት። በዚህ ምድር ላይ ግን ይህ ያለን ፍቅር ስለተሸፈነ

ዓብዩ አምላክን ዘንግተን ፍቅራችንን ወደ ዓለማዊ ቁሳቁስ አሽጋግረን እንገኛለን፡፡ የፍቅር አዝማሚያ ወይንም ባህሪ ከነፍስ ተነጥሎ የሚገኝ አይደለም፡፡ ስለዚህም ወደ ዓለማዊ ነገሮችን እንወዳለን ወይንም ደግሞ ዓብዩ የመላእክት ጌታን እንወዳለን፡፡ ከዚህም ዓይነት የፍቅር አዝማሚያ ልንወጣ አንችልም፡፡ በመሆኑም ብዙውን ጊዜ እንደምናየው አንድ ሰው ቤተሰብ ወይም ልጆች ክሌሉት ፍቅሩን ወደ ድመቶች እና ውሾች ሲያሸጋግረው ይገኛል፡፡ ለምን? ምክንያቱም ፍቅራችንን ለአንድ ነገር ለመግለፅ አዝማሚያ ስለአለን ነው፡፡ ይህንንም የዓብዩ አምላክ ፍቅር እና ፍፁም እውነት የተረዳን ካልሆንን ፍቅራችን እና እምነታችንን ወደ ድመቶች እና ውሾች ስናዘዋውረው እንታያለን፡፡ ፍቅር ሁልጊዜ ከነፍስ የማይለይ ነው፡፡ ነገር ግን ይህ የተፈጥሮ የዓብዩ አምላክ ፍቅር የተገላቢጦሽ ሆኖ ወደ ዓለማዊ የጋለ ፍላጎት ተሸጋግሮ እናየዋለን፡፡ ይህም የጋለ ፍላጎት ሳይሳካ ሲቀር በዴት ላይ ስንወድቅ እንገኛለን፡፡ ንዴት ላይ ስንወድቅ ደግሞ የምናደርገውን ባለማወቅ ጥፋት ላይ ለመውደቅ እንበቃለን፡፡ እዚህ ደረጃ ላይ ስንደርስ ደግሞ ከነበረን ክብር እንወድቃለን ማለት ነው፡፡ በዚህ ዓለም ላይ የሚገኘው ስርዓት ይህንን መስሎ ይታያል፡፡ ያለንም ሀሌነት ይህንን ስርዓት በመቀየር ዓለማዊ የጋለ ፍላጎትን ወደ ዓብዩ አምላክ ፍቅር መቀየር ነው፡፡ ዓብዩ የመላእክት ጌታን የምናፈቅር ከሆነ በዚህ ምድር የሚገጉትን ፍጥረታት ሁሉ ስንወድ እንገኛለን፡፡ ነገር ግን ዓብዩ የመላእክት ጌታን የማንወድ ከሆነ በዚህ ምድር ላይ ያሉትን ፍጥረታትን ሁሉ ለመውደድ ያዳግተናል፡፡ በዚህ ምድር ላይ ፍቅር አለን ብለን እራሳችንን እናታልል ይሆናል፡፡ ነገር ግን ይህ የጋለ ፍላጎታችንን ለሟሟላት የታቀደ ፍቅር እንጂ ንፁህ ፍቅር ሆኖ አይገኝም፡፡ ይህንንም የውሻን የመሰለ የጋለ ፍላጎት ያላቸው ሁሉ የሚያኮራውን የስሜት ባህርይ እንደአጡ ሆነው ይታያሉ፡፡ "ካሚስ ቴይስ ቴይር ሀርታ ግያና" (ብጊ: 7.20)

በቬዲክ ስነፁሁፎች ውስጥ መላእክቶችን ለማምለክ የሚገባው ስርዓት እና ህግጋት ተገልፀው እናገኛቸዋለን፡፡ አንድ ሰው እነዚህ ስርዓቶች ለምን በቬዲክ ስነፁሁፎች ውስጥ እንደተገለፁ ሊጠይቅ ይችላል፡፡ ይህም አስፈላጊነት ስላለው ነው፡፡ ምክንያቱም በዚህ በዓለማዊ ፍቅርና የጋለ ፍላጎት የተመሰጡ ሰዎች ይህንን የዓለማዊ ፍላጎት ለሟሟላት ይፈልጋሉ፡፡ እነዚህንም ፍላጎቶች የሚያሟሉት የዓብዩ አምላክ ተወካይ መላእክቶች በመቅረብ ነው፡፡

ይህም ስርዓት የተደነገገው እነዚህ ዓለማዊ ሰዎች መላእክቶችን በማምለክ ቀስ በቀስ የዓብዩ አምላክ የክርሽናን ነጥፀት ለማነቃቃት እንዲችሉ ነው፡፡ ነገር ግን አንድ ሰው ከሀዲ እና ከመንፈሳዊ ባለስልጣናት ትእዛዝ ውጪ በመውጣት አመፀኛ ከሆነ እንዴት ዓይነት ተስፋ ሊኖረው ይችላል?

ስለዚህ አንዳንድ ሰው ለመንፈሳዊ ባለስልጣናት ያለው ታዛዥነት ሊከስት የሚችለው እነዚህን መላእክቶች በማምለክ ሲጀምር ሊሆን ይችላል፡፡ ነገር ግን የዓብዩ የመላእክት ጌታን ታላቅነት ተረድተን በቀጥታ ለማምለክ የምንችል ከሆነ መላእክትን ለማምለክ አስፈላጊ አይደለም፡፡ ዓብዩ የመላእክት ጌታን በቀጥታ የሚያምልኩ ለመላእክት ሁሉ ሙሉ አክብሮት ያላቸው ናቸው፡፡

እነዚህም ንፁህ አገልጋዮች ዓብዩ የመላእክት ጌታ ከመላእክት ሁሉ በላይ ሆኖ እንደሚገኝ ስለሚያውቁ እና እርሱን በማወደስ እና በማገልገል ላይ ስለሚገኙም ለመላእክት የተለየ አምልኮት ማድረግ አያስፈልጋቸውም፡፡ ቢሆንም ግን ለመላእክት ሁሉ ሙሉ አክብሮት ሲሰጡቸው ይገኛሉ፡፡ የዓብዩ የመላእክት ጌታ አገልጋይ ለመላእክት ይቅርና ለጉንዳን እንኳን አክብሮት ሲሰጥ የሚገኝ ነው፡፡ የዓብዩ ጌታ አገልጋይ ሁሉም ፍጥረታት የተለያየ ደረጃ ይኑራቸው እንጂ የዓብዩ ጌታ ክፋይ እና ቅንጣፊ መሆናቸውን የተረዱ ናቸው፡፡ ከዓብዩ ጌታ ጋር ባላቸውም ግኑኝነት ሁሉም ነፍሳት ክበር ሊሰጣቸው ይገባል፡፡ ስለዚህም የዓብዩ ጌታ አገልጋይ ሌሎችን ሁሉ "ፕራብሁ" ወይም "ውድ ጌታዬ ሆይ" ብሎ ይጠራቸዋል፡፡ ይህም ዓይነት ትህትና የዓብዩ ጌታ አገልጋይ የመጀመሪያ መመረቂያው ነው፡፡ የዓብዩ ጌታ አገልጋዮች ሩህሩህ እና ታዛዦች ናቸው፡፡ መልካም የሆነ ባህሪይ ያላቸው ናቸው፡፡ ለመደምደምም አንድ ሰው የዓብዩ የመላእክት ጌታ ትሁት አገልጋይ ከሆነ መልካም ባህሪያቶች ሁሉ ይከሰቱበታል፡፡

በተፈጥሮ ሁሉም ነፍሳት ፍፁም የሆነ ጥሩ ባህሪ ያላቸው ናቸው፡፡ ነገር ግን በዚህ ቁሳዊ ዓለም ውስጥ ገብተው በጋለ የዓለማዊ ፍላጎቶች እና በጭካኔ በተሞላ መንፈስ ተበክለው ይገኛሉ፡፡ የወርቅ ቅንጣፊ አካል ወርቅ ነው፡፡ ፍፁም ሙሉ ከሆነው ከዓብዩ የመላእክት ጌታ የተቀነጠፈ ሁሉም ሙሉ ሆኖ ይገኛል፡፡

አም ፕርናም አዳህ ፕርናም ኢዳም ፕርናት ፕርናም ዑዳችያቴ
ፕርናስያ ፕርናም አዳያ ፕርናም ኤቫ ሻቪሽያቴ

"ዓብዬ የመላእክት ጌታ ፍፁም እንከን የሌለው እና በሁሉም ረገድ የተሟላ ሆኖ ይገኛል። ፍፁም የተሟላ እና ፍፁም እንከን የሌለው በመሆኑም በዚህ ቁሳዊ ዓለም ላይ በእርሱ የተፈጠሩ ሁሉ ከእርሱ የሚመነጩ ፍጥረታት በመሆናቸው ፍፁም የተሟሉ፣ የተቀነባበሩ እና እንከን የለሽ ሆነው የተፈጠሩ ናቸው። ፍፁም ሙሉ ከሆነው ከዓብዬ ጌታ የተፈጠሩ ሁሉ በሁሉም ረገድ የተሟሉ ሆነው ተፈጥረዋል። ዓብዬ ጌታ ፍፁም የተሟላ አካል የያዘ በመሆኑም ምንም እንኳን ብዙ የተሟሉ አካላት ከእርሱ ቢፈጠሩም እርሱ ለዘለዓለም ሳይነድል ፍፁም የተሟላ ሆኖ ይኖራል።" (ሸሪ ኡፓኒሻድ መቅድመ ጥቅስ)

እነዚህ ፍፁም እንከን የሌላቸውም ነፍሳት በዚህ ቁሳዊ ዓለም ላይ ወድቀው በመበከል ላይ ይገኛሉ። ነገር ግን ይህንን የክርሽና መንፈሳዊ ንቃትን በመቀስቀስ እንደገና ፍፁም እንከን ወደሌለው ደረጃ ለመድረስ ይችላሉ። ይህንንም ስርዓት በመከተል ፍፁም የሆነ ደስታን ልናገኝ እንችላለን። ይህንንም ዓለም በሞት ስንለይ ዘለዓለማዊ ደስታ እና እውቀት ወደሞላበት የዓብዬ ጌታ ቤተመንግስት ለመግባት ዝግጁ እንሆናለን።

አ. ቻ. ብህክቲቬዳንታ ስዋሚ ፕራብሁፓድ

አ. ቻ. ብህክቲቬዳንታ ስዋሚ ፕራብሁፓድ (ሽሪላ ፕራብሁፓድ) እንደ ኤውሮፓውያን አቆጣጠር (እኤአ) በ1986 ዓመተ ምህረት በካልካታ ከተማ በሕንድ አገር ውስጥ ተወለዱ፡፡ ከመንፈሳዊ መምህራቸው ሽሪላ ብህክቲሲድሀንታ ሳራስቫቲ ጐስዋሚም ጋር ለመጀመሪያ ግዜ የተዋወቁት እኤአ በ1922 ዓመተ ምህረት ነበር፡፡ በዚያን ግዜ ብህክቲሲ.ድሀንታ ሳራስቫቲ በጣም ታዋቂ የመንፈሳዊ ምሁር እና እስከ 64 "ጉዲያ ማት" ተብለው የሚታወቁ የመንፈሳዊ ድርጅቶችን ያቋቋሙ ነበሩ፡፡ ሽሪላ ፕራብሁፓድንም ለመጀመሪ ግዜ ሲተዋወቁ ወጣት እና የተማሩ አዋቂ በመሆናቸው ስለወደዲ.ቸው ሕይወታቸውን ይህንን የቬዲክ እውቀት ለዓለም እንዲያስተምሩ አዘዟቸው፡፡ ከዚህም በኋላ ሽሪላ ፕራብሁፓድ የሽሪላ ብህክቲሲ.ድሀንታ ተማሪ ለመሆን እኤአ በ1933 ዓመተ ምህረት የተማሪነት የድቁና ስርዓታቸውን አከናወኑ፡፡

እኤአ በ1922 ዓመተ ምህረት በተፈፀመው የመጀመሪያው የትውውቅ ግዜያቸውም ሽሪላ ብህክቲሲ.ድሀንታ ለሽሪላ ፕራብሁፓድ የስጡት ትዕዛዝ የቬዲክ እውቀት በእንግሊዘኛ ቋንቋ ተተርጉሞ በዓለም ላይ እንዲስፋፋ ነበር፡፡ በቀጣዮቹ ዓመታትም ሽሪላ ፕራብሁፓድ የብሀገቨድ ጊታን ገለፃ መፃፍ ጀመሩ፡፡ የጉድያ ማት የቬዲክ መንፈሳዊ ድርጅትንም እንዲስፋፋ እርዳታ አቀረቡ፡፡ እኤአ በ1944 ዓመተ ምህረት "ወደ አብዩ ጌታ መመለስ" የሚለውን መፅሄት በእንግሊዘኛ በመፃፍ በየሁለት ሳምንቱ ለማሳተም በቁ፡፡ ይህንንም መፅሄት በገላቸው ጥረት በመፃፍ ታይፕ በማድረግ በማረም እና ታትሞም ካለቀ በኋላ በማከፋፈል ተሰማርተው ነበር፡፡ ይህ መፅሄት በአሁኑ ግዜ በተማሪዎቻቸው

እና በተከታዮቻቸው በየወሩ በመታተም ላይ እና በዓለም ላይ በመከፋፈል ላይ ይገኛል::

እኔአ በ1950 ዓመተ ምህረት ሽሪላ ብራብሁፓድ ከቤተሰብ ኑሮ ሀላፊነት ወደ "ቫናፕራስታ" ደረጃ በመተላለፍ ሙሉ ጊዜያቸውን ለመፃህፍት እና ለመምህርነት ለመስጠት በቁ:: ቭርንዳቫና ወደሚገባለውም መንፈሳዊ ከፍለ ሀገር በመሄድ ራድህ ዳሞዳር ተብሎ በሚታወቀው ታሪካዊ ቤተ መቅደስ ውስጥ በመግባት ትሁት የሆነ ኑሮ በመኖር የመንፈሳዊ ስራቸውን ለመቀጠል በቁ::

በዚህም ቤተ መቅደስ ውስጥ ለብዙ ዓመታት በመቀመጥ ጥልቅ የሆነ ጥናት በማድረግ መፃህፍቶችንም ለመተርጎም እና ገለፃ ለመስጠት በቁ:: እኔአ በ1959 ዓመተ ምህረት "ሳንያስ" ተብሎ የሚታወቀውንም የምንኩስና ስርዓት ለመፈፀም በቁ:: በራድህ ዳሞዳር ቤተ መቅደስ ውስጥም ተቀምጠው የህይወታቸውን ዋና ዓላማ ለማሳካት ሽሪማድ ብሀገቨድ (ብሀገቨድ ፑራን) የተባላውን 18000 ጥቅሶች የያዘውን የቤዲክ ሥነጽሁፍ ለመተርጎም እና ገለፃ ለመስጠት ስራቸውን ጀመሩ:: "ወደ ፕላኔቶች የመሄድ ቀላል መንገድ" የተባለውንም መጽሀፍ ፀፈው አሳተሙ:: የሽሪማድ ብሀገቨታምንም ሶስት መፅሀፎች ተርጉመው ከጨረሱ በኋላ በመስከረም ወር እኔአ በ1965 ዓመተ ምህረት ሽሪላ ፕራብሁፓድ የመምህራቸውን ሚሽን ለማሳካት ወደ አሜሪካ ጉዞ አደረጉ:: ከዚህም ጉዞ በኋላ ሽሪላ ፕራብሁፓድ ከሀምሳ መጽሀፎች በላይ በመተርጉም እና ገለፃ በመስጠት የህንድ አገርን የፍልስፍና እና የመንፈሳዊ መፃህፍቶችን ወደ እንግሊዘኛ ተርጉመው ለማሳተም በቁ::

ለመጀመሪያ ግዜም ወደ ኒው ዮርክ ከተማ ከህንድ አገር ሲመጡ ምንም ሳንቲም ስላልነበራቸው የተጓዙት በእቃ ማጓጓዣመርከብ ነበር:: አሜሪካ በገቡም ከአንድ ዓመት በኋላ በብዙ ጥረት እና ልፋት የዓለም አቀፉን የክርሽና ንቃተ ሕብረተሰብን በሀምሌ ወር እኔአ በ1966 ዓመተ ምህረት ለማቋቋም በቁ:: በህዳር ወርም (እኔአ በ14 November 1977) ከመሞታቸው በፊት የንቃቱ ሕብረተሰብ ድርጅቶች አድገው በዓለም አቀፍ ደረጃ በመስፋፋት ከመቶ

በላይ የሚሆኑ ትምህርት ቤትን፣ ቤተ መቅደሶችን እና የእርሻ ማህበራትን የሚያጠቃልሉ ድርጅቶች ለማቋቋም በቁ።

እኤአ በ1972 ዓመተ ምህረት ሽሪላ ፕራብሁፓድ የቬዲክ ስርአትን ለመጀመርያ እና ለሁለተኛ ደረጃ ትምህር ቤቶች ለማስተማር "ጉሩኩላ" ተብሎ የሚታወቀውን ትምህርት ቤት በዳላስ ቴክሳስ ለማቋቋም በቁ። ከዚያም በኋላ ተማሪዎቹ እና ተከታዮቹ በአሜሪካ ውስጥ እና በመላው ዓለም ይህንኑን ትምህርት ቤት ለማስፋፋት በቁ።

ሽሪላ ፕራብሁፓድ በሀንድ አገር ውስጥ ቁጥራቸው ከፍ ያለ ቤተ መቅደሶች እና የቬዲክ ባህል ያላቸው ህንፃዎችም እንዲገነቡ ብርታታቸውን አቀረቡ።

ሽሪድህም ማያፑር ተብሎ በሚታወቀው የምዕራብ ቤንጋል ቦታ ላይም አገልጋዮቹ የድርጅቶቹ የዓለም ዋና ፅህፈት ቤት እና አብይ ቤተ መቅደስን የሚያጠቃልል የመንፈሳዊ ከተማ በመገንባት ላይ ይገኛሉ። ይህም ታላቅ ግንባታ ለብዙ መቶ ዓመታት ለማገልገል እንዲችል ታቅዶ የቀረበ ነው። በቭርንዳቭን ከተማ ውስጥ የክርሽና ባላራም ቤተ መቅደስ የእንግዳ መቀበያ ህንፃ የጉሩኩል ትምህርት ቤት እና የሽሪላ ፕራብሁፓድ የመታሰቢያ ምዩዝየም ተገንብቶ ተቋቁሟል። ሌሎችም የላቁ ቤተመቅደሶች እና የቬዲክ ባህል ህንፃዎች በሙምባይ፣ በኔው ደልሂ፣ በባሮዳ፣ በቲሩፓቲ፣ በአህመዳባድ፣ በሲሊጉሪ እና በኡጀይን ተቋቁመዋል። ሌሎችንም ቅርንጫፎች በዋና ዋና የሁንድ አገር ከተማዎች ለማቋቋም ፕላኖች ታቅደዋል።

የሽሪላ ፕራብሁፓድ ዋናው ለዓለም ህዝብ ያቀረቡት ነገር ቢኖር ግን የቬዲክ ሥነፅሁፎችን ወደ እንግሊዘኛ ተርጉሞ ከገለፃው ጋር አትሞ ማቅረቡን ነው።

እነዚህም ሥነፅሁፎች በታላላቅ የትምህርት ባለሙያዎች የተከበሩ እና የቬዲክ ስልጣን ያላቸው በትምህርታዊ ጥልቀታቸው እና በገለፃቸው የባለሙያዎች ምርጫ በመሆናቸው በብዙ ኮሌጆች ውስጥ ለትምህርት ቀርበው ይገኛሉ። በአሁኑ ግዜ እነዚህ መፅሀፎች ከሃምሳ በላይ ወደሚሆኑ የዓለም ቋንቋዎች ታትመው ይገኛሉ። በ1972 ዓመተ ምህረት "የብሀከቲቬዳንታ የመጽሀፍ ትረስት" ተብሎ የሚታወቀውም ድርጅት ተቋቁሞ የሽሪላ

ፐራብሁፓዳን መፃህፍቶች በማተም በዓለም ታላቁ የሆንድ አገርን ፍልስፍና እና የመንፈሳዊ መልዕክት አቅራቢ ለመሆን በቃ::

በአስራ ሁለት ዓመታትም ውስጥ ምንም እንኳን እድሜያቸው በጣም የገፋ ቢሆንም ሽሪላ ፐራብሁፓድ ዓለምን 14 ግዜ ወደ 6 አህጉራት በመዞር ትምህርቶችን ለማቅረብ በቁ:: ምንም እንኳን ይህንን የመሰለ ጥብቅ ፐሮግራም ቢኖራቸውም ሽሪላ ፐራብሁፓድ እነዚህን የቬዲክ መጽሀፍቶች ከመተርጎም እና ገለፃ በመስጠት ከማተም ወደኋላ ብለው አያውቁም:: እነዚህም መፃህፍቶች የቬዲክ ፍልስፍና ሀይማኖት ሥነፅሁፍ እና ባህልን የሚያጠቃልሉ የላይብረሪ ሙሉ መፃህፍቶች ናቸው::

Centres of the International Society for Krishna Consciousness

Founder-*Ācārya*:
His Divine Grace A.C. Bhaktivedanta Swami Prabhupāda

For further information on classes, programs, festivals, residential courses, and local meetings, please contact the centre nearest you. This is a partial list. Contact details for Ethiopia and The Bhaktivedanta Book Trust Africa are listed on the copyright page in front of the book. For a full list of addresses worldwide, please contact one of the centres or visit www.iskcon.com or www.krishna.com

SOUTH AFRICA

Bloemfontein — I Bompart Street (corner Brill St.), Westdene, Bloemfontein 9301; Phone: 051 447 7029; iskconfs@telkomsa.net; www.bhaktiyoga.wordpress.com

Cape Town — 17 St. Andrews Road, Rondebosch 7700; Phone: 021 685 8384 or 021 686 1179; info@iskconcape.org.za; www.iskconcape.org.za

Durban — 50 Bhaktivedanta Swami Circle, Unit 5; (P.O. Box 56003), Chatsworth 4030; Phone: 031 403 3328; Fax: 031 403 4429; temple@iskcondurban.net

Ermelo — 39 George Botha Street, Ermelo 2351; (Postnet Suite 202, Private Bag X9013; Ermelo 2350); Phone: 017 811 1288; Fax: 017 8116 642/086 635 2076; bcs1@telkomsa.net

Lenasia — 7971 Capricorn Avenue, Ext. 9; (P.O. Box 926), Lenasia 1820; Phone: 011 854 1975; lenasia@iskcongauteng.com

Midrand—135 Norfolk Road; (P.O. Box 815), Lenasia 1820; Phone: 083 551 1550; nrsinga@iskconmidrand.org; www.iskconmidrand.org

Sandton (Johannesburg)—11 11th Avenue (P.O. Box 59); Rivonia, Gauteng 2128; Phone: 011 234 1111; sandton@iskconza.com

Phoenix (Durban)—72 Pandora Street, Phoenix 4068; (P.O. Box 60992, Phoenix 4060); Phone: 031 507 6559; Fax: 031 500 1923; iskcon.phoenix@pamho.net

Port Elizabeth—22 Alexander Road, Newton Park; Port Elizabeth 6045; (P.O. Box 4216, Port Elizabeth 6014); Phone: 041 365 5242; iskconpe@gmail.com; www.iskconportelizabeth.co.za

Pretoria—1189 Church Street, Hatfield 0083; (P.O. Box 14077, Hatfield 0028); Phone/Fax: 012 342 6216; iskcon.pretoria@pamho.net

Soweto—674 A Legakabe Street, Zone 7; Meadowlands 1852; Phone: 011 939 1264

GHANA

Accra—Samsam Rd., Off Accra-Nsawam Hwy., Medie, Accra North (mail: P.O. Box 11686); Phone/Fax: +233 (21) 229988; srivas_bts@yahoo.co.in

Kumasi—Twumduasi, off Kumasi-Accra Road, 3 km from Aninwaa Hospital, Emina, Kumasi; Phone: +233 (20) 8320816; gaurangainkumasi@gmail.com

Nkawkaw—P. O. Box 69

Sunyani—Plot No. 146, South Ridge Estates (mail P.O. Box 685)

Takoradi—New Amanful, P.O. Box 328

Tarkwa—State Housing Estate, Cyanide

RURAL COMMUNITIES

Agona Swedru—Hare Krishna Village, Off Swedru-Winneba Highway, Agona Swedru, Central Region (mail: P.O. Box SW 953, Agonu Swedru 00233); Phone: +233 249969922 or 208318312

Eastern Region—Hare Krishna Farm Community, P. O. Box 15, Old Akrade

NIGERIA

Abeokuta—Ibadan Rd., Obanatoka (mail: P.O. Box 5177)

Benin City—108, Lagos-Uselu Rd., Uselu; Phone: +234 (52) 258636, +234 8023524924, or +234 8056283995

Enugu—5/6, Destiny Layout, Old Abakaliki Rd., Near Enugu Airport, Emene (by Efemelumna Bus Stop); Phone: +234 8035822545

Ibadan—700 meters from Iwo Rd., Ibadan-Lagos Express Way, University of Ibadan (mail: P.O. Box 9996); Phone: +234 8034687595; salika108@hotmail.com

Jos—Gwarandok Rd., Near Air Force Base, Abattoir Rd., by Nammua, Giring Village (mail: P.O. Box 6557); Phone: +234 8034711933; salika108@hotmail.com

Kaduna—Federal Housing Estate, Abuja Rd., Goningora Village (mail: P.O. Box 1121); Phone: +234 8035405080

Lagos—No. 23 Egbeyemi St., Off Coker Rd., Illupeju, Lagos (mail: P. O. Box 8793, Marina); Phone: +234 8069245577 or 7066011800; iskconlagos@yahoo.com

Port Harcourt—Umuebule 11, 2nd tarred road, Etche (mail: P.O. Box 4429, Trans Amadi); Phone: +234 8033215096

Warri—Okwodiete Village, Kilo 8, Effurun/Orerokpe Rd. (mail: P.O. Box 1922); Phone: +234 803 345 1265; kamalaksa@yahoo.com

KENYA

Mombasa, Kenya—Hare Krishna House, Sauti Ya Kenya and Kisumu Rds. (mail: P.O. Box 82224); Phone: +254 (41) 312248

Nairobi, Kenya—Hare Krishna Close, Off West Nagara Rd., Nairobi 0100 (mail: P.O. Box 28946); Phone: +254 (20) 3744365; Fax: +254 (20) 3740957; iskcon_nairobi@yahoo.com

UNITED KINGDOM

Birmingham—84 Stanmore Rd, Edgbaston, Birmingham, B16 9TB; Phone: +44 (0)121 420 4999; birmingham@iskcon.org.uk / nitaicharan@fsmail.net; www.iskconbirmingham.org

Coventry—Radha Krishna Centre, Kingfield Rd, Coventry (mail: 19 Gloucester St, Coventry CV1 3BZ); Phone: +44 (0)2476 552822; kov@krishnaofvrindavan.com; www.krishnaofvrindavan.com

Leicester—31 Granby Street, Leicester, LE1 6EP; Phone: +44 (0)116 276 2587/ +44(0)7597 786676; info@iskconleicester.org; www.iskconleicester.org

London (central)—Sri Sri Radha-Krishna Temple, 10 Soho St, London, W1D 3DL; Phone: +44 (0)20 7437 3662; Fax: +44 (0)20 7439 1127; london@pamho.net; www.iskcon-london.org

London (Kings Cross)—Matchless Gifts, 102 Caledonian Road, Kings Cross, London N1; Phone: +44 (0)20 7168 5732; foodforalluk@gmail.com; www.matchlessgifts.org.uk

London (south)—42 Enmore Rd, South Norwood, London, SE25 5NG; Phone: +44 (0)20 8656 4296

Manchester—20 Mayfield Rd, Whalley Range, Manchester, M16 8FT; Phone: +44 (0)161 226 4416; contact@iskconmanchester.com; www.iskconmanchester.com

Swansea—The Hare Krishna Temple, 8 Craddock St, Swansea, SA1 3EN; Phone: +44 (0)1792 468469; iskcon.swansea@pamho.net; www.iskconwales.org.uk

Newcastle-upon-Tyne—304 Westgate Rd, Newcastle-upon-Tyne, NE4 6AR; Phone: +44 (0)191 272 2620; newcastle@iskcon.org. uk; iskconnewcastle.wordpress.com

Lanarkshire (Scotland)—Karuna Bhavan, Bankhouse Rd, Lesmahagow, Lanarkshire, ML11 0ES; Phone: +44 (0)1555 894790; Fax:

+44 (0)1555 894526; karuna.bhavan@aol.com;
www.iskconuk.com/scotland

Watford — Bhaktivedanta Manor, Hilfield Lane, Watford, WD25 8EZ;
Phone: +44 (0)1923 851000; Fax: +44 (0)1923 852896;
info@krishnatemple.com; www.krishnatemple.com

RESTAURANTS

Cardiff (Wales) — Phone: +44 (0)2920 390391;
iskcon.wales@pamho.net; www.iskconwales.org.uk

London — Govinda's, 10 Soho St, London, W1D 3DL; Phone:
+44 (0)20 7437 4928; govindas@iskcon-london.org

Nottingham — Govinda's, 7–9 Thurland Street, Nottingham, NG1 3DR;
Phone: +44 (0)115 985 9639; govindasnottingham@gmail.com;
www.facebook.com/GovindasNotts

Swansea — Govinda's, 8 Craddock St, Swansea, SA1 3EN; Phone:
+44 (0)1792 468469; govin_das@hotmail.com

UNITED STATES OF AMERICA

Berkeley, California — 2334 Stuart Street, 94705; Phone:
(510) 649-8619; Fax: (510) 665-9366

Boston, Massachusetts — 72 Commonwealth Ave., 02116; Phone:
(617) 247-8611; radhagopi@juno.com

Laguna Beach, California — 285 Legion St., 92651; Phone:
(949) 494-7029; pancatattvalagunabeach@earthlink.net

Los Angeles, California — 3764 Watseka Ave., 90034; Phone:
(310) 836-2676; Fax: (310) 839-2715; shastra.krit@pamho.net

New York, New York — 305 Schermerhorn St., Brooklyn, 11217;
Phone: (718) 855-6714; Fax: (718) 875-6127;
ramabhadra@aol.com

New York, New York — 26 Second Avenue, 10003; Phone:
(212) 253-6182; krishnanyc@gmail.com

San Diego, California—1030 Grand Ave., Pacific Beach, 92109; Phone: (310) 895-0104; Fax: (858) 483-0941; krishna.sandiego@gmail.com

San Jose, California—951 S. Bascom Ave., 95128; Phone: (408) 293-4959; iskconsanjose@yahoo.com

Seattle, Washington—1420 228th Ave. S.E., Sammamish, 98075; Phone: (425) 391-3293; Fax: (425) 868-8928; info@iskconseattle.com

Washington, D.C.—10310 Oaklyn Dr., Potomac, Maryland 20854; Phone: (301) 299-2100; Fax: (301) 299-5025; ad@pamho.net